D1763802

அக்கரைச் சீமையில்

சுந்தர ராமசாமியின் பிற நூல்கள்

சிறுகதைகள்

சுந்தர ராமசாமி சிறுகதைகள் (2006) (முழுத் தொகுப்பு)

அழைப்பு (2003), மறியா தாமுவுக்கு எழுதிய கடிதம் (2004), பிரசாதம் (2007), பள்ளியில் ஒரு நாய்க்குட்டி (2008)

பல்லக்குத்தூக்கிகள் (2010), பள்ளம் (2012)

நாவல்கள்

ஒரு புளியமரத்தின் கதை (1966)

ஜே.ஜே: சில குறிப்புகள் (1981)

குழந்தைகள் பெண்கள் ஆண்கள் (1998)

குறுநாவல்கள்

திரைகள் ஆயிரம் (2008)

கவிதை

நடுநிசி நாய்கள் (2008)

சுந்தர ராமசாமி கவிதையை (முழுத்தொகுப்பு) (2005)

விமர்சனம்/கட்டுரைகள்

அந்தரத்தில் பறக்கும் கொடி (2014) (தமிழ் கிளாசிக்)

ந. பிச்சமூர்த்தியின் கலை: மரபும் மனிதநேயமும் (1991)

இவை என் உரைகள் (2003)

வானகமே இளவெயிலே மரச்செறிவே (2004)

மனக்குகை ஓவியங்கள் (2011) (கட்டுரைகள் உரைக விவாதங்கள்)

வாழ்க சந்தேகங்கள் (2004) (கேள்வி – பதில்)

புதுமைப்பித்தன் கதைகள்: சு.ரா குறிப்பேடு (2005)

வாழும் கணங்கள்(2005) (படைப்புகளின் தொகுப்பு)

புதுமைப்பித்தன்: மரபை மீறும் ஆவேசம் (2006)

ஒரு கலை நோக்கு: ஆளுமைகள் தோழமைகள் (2019)

நேர்காணல்கள்

சுந்தர ராமசாம நேர்காணல்கள் (2011)

பிற நூல்கள்

மூன்று நாடகங்கள் (2006)

தமிழகத்தில் கல்வி (2000) (வசந்தி தேவியுடன் உரையாடல்)

இதம் தந்த வரிகள் (2002) (கு. அழகிரிசாமி – சுந்தர ராமசாமி கடிதங்கள்)

ஒரு தடா கைதிக்கு எழுதிய கடிதங்கள் (2006)

நினைவுக் குறிப்புகள்

ஜீவா (2003), கிருஷ்ணன் நம்பி (2003), க.நா.சு. (2003),
சி.சு. செல்லப்பா (2003), பிரமிள் (2005), ஜி. நாகராஜன் (2006),
தி. ஜானகிராமன் (2007), கு. அழகிரிசாமி (2011), தொ.மு.சி. ரகுநாதன் (2014),
ந. பிச்சமூர்த்தி (2016), நா. பார்த்தசாரதி (2016). கவிமணி (2019) மௌனி
வெ. சாமிநா சர்மா என்.எஸ். கிருஷ்ணன் (2019)

மொழிபெயர்ப்புகள்

செம்மீன் (1962) (தகழி சிவசங்கரப்பிள்ளையின் சாகித்திய அகாதெமி பரிசுபெற்ற மலையாள நாவல்)

தோட்டியின் மகன் (2000) (தகழி சிவசங்கரப்பிள்ளை)

தொலைவிலிருக்கும் கவிதைகள் (2004)

அக்கரைச் சீமையில்
சுந்தர ராமசாமி (1931 - 2005)

நவீன தமிழ் இலக்கியத்தின் முக்கியமான எழுத்தாளர்களில் ஒருவரான சுந்தர ராமசாமி 1931ஆம் ஆண்டு நாகர்கோவிலில் பிறந்தார். பள்ளியில் மலையாளமும் ஆங்கிலமும் சமஸ்கிருதமும் கற்றார். மூன்று நாவல்கள், 74 சிறுகதைகள் 110 கவிதைகள் 100க்கு மேற்பட்ட கட்டுரைகள் ஆகியவற்றை எழுதியிருக்கிறார். தகழி சிவசங்கரப் பிள்ளையின் இரண்டு நாவல்களை மலையாளத்திலிருந்து மொழிபெயர்த்திருக்கிறார். 1988இல் காலச்சுவடு இதழை நிறுவினார்.

புனைவு வடிவங்களில் குறிப்பிட்ட எந்த வகைமையிலும் தங்கி விடாமல் தொடர்ந்து புதிய முயற்சிகளில் ஈடுபட்டுவந்தவர் சுந்தர ராமசாமி. இவருடைய இரண்டாவது நாவலான ஜே.ஜே.: சில குறிப்புகள் மாறுபட்ட வடிவத்திற்காகவும் உள்ளடக்கத்திற்காகவும் இன்றளவிலும் பேசப்பட்டுவருகிறது. சு.ரா.வின் இலக்கிய அலசல்கள் இலக்கியத்தில் தர வேற்றுமைகளின் அடிப்படைகளை விரிவாக விவாதிக்கின்றன. இவர் முன்வைத்த இலக்கிய அளவு கோல்கள் தமிழ் விமர்சனப் பரப்பில் ஆழ்ந்த தாக்கத்தைச் செலுத்தி யிருக்கின்றன.

சுந்தர ராமசாமிக்கு டொரொன்டோ (கனடா) பல்கலைக் கழகம் வாழ்நாள் இலக்கியச் சாதனைக்கான 'இயல்' விருதை (2001) வழங்கியது. வாழ்நாள் இலக்கியப் பணிக்காகக் 'கதா சூடாமணி' விருதையும் (2003) பெற்றார்.

சுந்தர ராமசாமி 14.10.2005 அன்று அமெரிக்காவில் காலமானார். மனைவி: கமலா. குழந்தைகள்: தைலா, கண்ணன், தங்கு. (மூத்த மகள் சௌந்தரா 1996இல் காலமானார்.)

● அன்பார்ந்த வாசகருக்கு,

வணக்கம்.

காலச்சுவடு நூலை வாங்கியமைக்கு நன்றி.

நூலின் உள்ளடக்கம், உருவாக்கம், அட்டைப்படம் இன்ன பிற அம்சங்கள் பற்றிய உங்கள் கருத்துகளையும் ஆலோசனைகளையும் காலச்சுவடு வரவேற்கிறது. தகவல், எழுத்து, வாக்கியப் பிழைகள் தென்பட்டால் அவசியம் தெரிவித்து உதவுங்கள். நூல் தயாரிப்பில் கடும் குறைபாடு இருப்பின் மாற்றுப் பிரதி உங்களுக்குக் கிடைக்கக் காலச்சுவடு ஏற்பாடு செய்யும்.

மின்னஞ்சல்: **publisher@kalachuvadu.com**

காலச்சுவடு நாகர்கோவில் அலுவலகத்திற்குக் கடிதம் அனுப்பலாம்.

தங்கள்
எஸ்.ஆர். சுந்தரம் (கண்ணன்)
பதிப்பாளர் — நிர்வாக இயக்குநர்

Unauthorised use of the contents of this published book, whether in e-book or hardcopy format, for any type of Artificial Intelligence (AI) training — including but not limited to Machine Learning, Deep Learning, Natural Language Processing, Computer Vision, Chatbot Training, Image Recognition Systems, Recommendation Engines, and Language Models — is strictly prohibited without prior licensing from the publisher. Any such unauthorised use may result in legal action.

சுந்தர ராமசாமி

அக்கரைச் சீமையில்

காலச்சுவடு பதிப்பகம்

அக்கரைச் சீமையில் ♦ சிறுகதைகள் ♦ ஆசிரியர்: சுந்தர ராமசாமி ♦ © கமலா ராமசாமி ♦ முதல் பதிப்பு: டிசம்பர் 1959, காலச்சுவடு முதல் பதிப்பு: டிசம்பர் 2007, பன்னிரண்டாம் பதிப்பு: டிசம்பர் 2025 ♦ வெளியீடு: காலச்சுவடு பப்ளிகேஷன்ஸ் (பி) லிட்., 669 கே.பி. சாலை, நாகர்கோவில் 629001

akkaraic ciimaiyil ♦ ShortStories ♦ Author: Sundara Ramaswamy ♦ © Kamala Ramaswamy ♦ Language: Tamil ♦ First Edition: December 1959, Kalachuvadu First Edition: December 2007, Twelfth Edition: December 2025 ♦ Size: Demy 1 x 8 ♦ Paper: 18.6 kg maplitho ♦ Pages: 152

Published by Kalachuvadu Publications Pvt. Ltd., 669 K.P. Road, Nagercoil 629001, India ♦ Phone: 91-4652-278525 ♦ e-mail: publications @kalachuvadu.com ♦ Printed at Clicto Print, Jaleel Towers, 42 KB Dasan Road, Teynampet Chennai 600018

ISBN: 978-81-89945-28-2

12/2025/S.No.225, kcp 6244, 18.6 (12) uss

எனது தந்தையார்
உயர்திரு. எஸ். ஆர். சுந்தர அய்யர்
அவர்களுக்கு

பொருளடக்கம்

முன்னுரை	11
அக்கரைச் சீமையில்	15
அடைக்கலம்	27
முதலும் முடிவும்	35
பொறுக்கி வர்க்கம்	45
தண்ணீர்	55
உணவும் உணர்வும்	70
கோவில் காளையும் உழவு மாடும்	81
கைக்குழந்தை	96
அகம்	111
செங்கமலமும் ஒரு சோப்பும்	144

முன்னுரை

தமிழில் சிறுகதை இலக்கியம் வளர்ந்தோங்கித் தான் வருகிறது. உலக இலக்கியத்தோடு ஒப்பிடத் தக்க சிறுகதைகளைத் தமிழ் எழுத்தாளர்கள் சிலர் படைத்துத்தான் தந்திருக்கிறார்கள். இந்த உண்மையை ஒற்றைப் புதுமைப்பித்தனைக் கொண்டு மட்டும் உடுக்கடித்துக் கூற வேண்டிய தில்லை. புதுமைப்பித்தனைப் பொறுத்தவரையில் இத்தகைய கதைகள் அளவில் அதிகமாக இருக்க லாம். ஆனால் ஏனைய சில எழுத்தாளர்களுக்கும் இதில் பங்குண்டு என்பதையும் நாம் மறப்பதற் கில்லை. ஆனால் நாம் ஒரு விஷயத்தை மறந்து விடுவதற்கில்லை. 1930 -40 ஆண்டுகளுக்கிடையில் சில நல்ல சிறுகதை எழுத்தாளர்கள் தோன்றினார்கள்; 1940 - 50 ஆண்டுகளுக்கு மத்தியிலும் வேறு சில நல்ல சிறுகதை எழுத்தாளர்கள் வெளிப்பட்டார்கள். ஆனால் 1950 - 59க்கிடையில் எத்தனை நல்ல சிறுகதை ஆசிரியர்கள் நமக்குக் கிடைத்தார்கள் என்பதை நாம் சிறிது எண்ணிப் பார்த்தால், அவர்களெல்லாம் ஒற்றைக் கைவிரல்களின் எண்ணிக்கைக்குக்கூடப் பூரணமாகத் தேறவில்லை என்ற உணர்வே என் போன்ற இலக்கிய விமர்சகர்களின் உள்ளத்தில் ஏற்படுகிறது. ஏனைய இரண்டு காலகட்டங்களிலும் இல்லாத ஒரு வறட்சி நிலைமை இந்தச் சமீப காலத்தில் நிலவி வந்திருக்கிறது என்பதை எல்லோருமே ஒப்புக்கொண்டு தான் ஆகவேண்டும். இதற்கான காரண காரியங்களை இங்கு ஆராய முடியாது. எனினும் இந்தப் பத்தாண்டுகளில் நம்மிடையே நிலவிவரும் பல்வேறு சூழ்நிலைகளை

நாம் புறக்கணிப்பதற்கில்லை. அந்தக் காலத்துச் சிறுகதை முன்னோடிகளாக இருந்த எழுத்தாளர்கள் பலரும் "மூத்த குடியாள் காலத்திலே..." என்று பழம் பெருமை பேசிக்கொண்டு மாஜிப் பெருங்காயப் பாண்டங்களையே மாற்றி மாற்றி முகர்ந்து பார்த்துத் திருப்திப்படுகிறார்கள். வேறு சிலரோ பவணந்தி முனிவர் வகுத்த படிகளைத் தாண்டாப் பத்தினிகளாக இருந்து 'நல்ல தமிழில்' - அதாவது கற்பழியாக் கன்னித் 'தனித்' தமிழில், இலக்கண சுத்தமான தமிழில் - எழுதிவிட்டால் எதுவும் சிறுகதை யாகிவிடும் என்று எண்ணிவருகிறார்கள். அச்சு யந்திரத்தின் அசுரப் பசிக்கு இரைபோடப் பழகிவிட்டவர்களோ, சுட்ட தோசையையே கல்லில் போட்டுச் சூடேற்றிக் கொடுக்கும் உடுப்பி விவகாரம் பண்ணிக்கொண்டிருக்கிறார்கள். இன்னும் சிலரோ சரித்திரக் கதை என்ற பெயரால் சரித்திரமாகவும் இல்லாமல், கதையாகவும் இல்லாமல் ஏதேதோ கதைபண்ணி வருகிறார்கள். வியாபார தந்திரத்தில் வித்தகம் பெற்றவர்களோ, நைலான் நாகரிகத்தையே சிறுகதை இலக்கியத்தின் மரபாக்க முயற்சி செய்து வருகிறார்கள். இத்தியாதி இத்தியாதிச் சூழ்நிலை யில் அத்தி பூத்தாற்போல் ஒருசில நல்ல சிறுகதை எழுத்தாளர்கள் தோன்றினார்கள். அத்தகைய அத்திப்பூக்களில் ஒன்றுதான் திரு. சுந்தர ராமசாமி.

சுந்தர ராமசாமியின் 'தண்ணீர்' என்ற கதை, நான் வெளியிட்டு வந்த 'சாந்தி' என்ற மாசிகையின் முதல் இதழில் வெளிவந்தது. அது வெளிவந்தவுடனேயே, நண்பர் தி. ஜானகிராமன், "சுந்தர ராமசாமி உங்களுடைய New find போலிருக்கிறது? 'தண்ணீர்' மிக நன்றாக இருக்கிறது" என்று எனக்கு எழுதியிருந்தார். பாம்பின் கால் பாம்பறியும் என்ற பழமொழிக்கு இலக்கணமாக அவரது கூற்று அமைந்தது. 'தண்ணீர்' என்ற அந்தக் கதை திருநெல்வேலியிலுள்ள ஒருசில எழுத்தாள நண்பர்கள் சேர்ந்து நடத்திய புதுமைப்பித்தன் நினைவுச் சிறுகதைப் போட்டியில் முதற்பரிசு பெற்றதாகும். கதையைத் தேர்ந்தெடுத்த ஐவர்களும் இலக்கிய உலகில் தத்தமக்கென்று ஒரு இடத்தையும் வாசகர் கூட்டத்தையும் சம்பாதித்துக் கொண்டிருப்பவர்கள். அவர்களது நம்பிக்கையையும் ஆசையையும் பொய்யாக்காமல் சுந்தர ராமசாமி பல்வேறு நல்ல கதைகளைப் பத்திரிகைகளின் மூலம் நமக்கு அளித்து வந்திருக்கிறார். இந்தத் தொகுதியில் இடம்பெற்றுள்ள பெரும்பாலான கதைகள் நான் வெளியிட்டு வந்த 'சாந்தி' பத்திரிகையில் வெளிவந்தவை. இத்தகைய கதைகளை வெளியிட்டதைப் பற்றிய பெருமை எனக்கு உண்டு. 'சாந்திப் பத்திரிகை என்னத்தைச் சாதித்து விட்டது - சுந்தர ராமசாமியின் கதைகளை வெளியிட்டதைத் தவிர?' என்று

எனது தோழர் ஒருவரே எவரிடமோ ஆற்றாமைப் பட்டதுண்டு. இது ஒன்றுதான் 'சாந்தி'யின் சாதனை என்று கொண்டாலும், இதுவும் ஒரு மகத்தான சாதனை என்றுதான் சொல்ல வேண்டும். அந்த உண்மையைத்தான் இந்தத் தொகுதி உங்களுக்குப் பறைசாற்றி நிற்கிறது. சுந்தர ராமசாமியின் இந்தக் கதைகள் 'சாந்தி'ப் பத்திரிகையில் வெளிவந்ததன் காரணமாக, அவரை நான் 'சாந்தி'ப் பத்திரிகைப் பரம்பரையின் வாரிசு என்று சொல்லும் அளவுக்குச் சுயநலம் கொள்ளவில்லை. பல்வேறு விதமான இலக்கியப் பரம்பரைகளின் வளர்ச்சிப் போக்கிலேதான் 'சாந்தி'யும் சரி, சுந்தர ராமசாமியும் சரி - தோன்ற முடிந்தது என்று கருதுபவன் நான். இந்த உண்மையைச் சரிவர உணராதவர்கள்தான் தமக்கென்று ஒரு கூட்டைக் கட்டிக் கொண்டு குடிவாழ எண்ணுவார்கள்.

இந்தத் தொகுதியிலுள்ள 'தண்ணீர்' என்ற கதை செக் மொழியில் மொழிபெயர்க்கப்பட்டு, செக் நாட்டுக் கீழ்த்திசைக் கல்லூரியார் வெளியிடும் 'நோவி ஓரியண்ட்' என்ற இலக்கியப் பத்திரிகையில் வெளிவந்தது. அதுமட்டுமல்ல; இதில் இடம் பெற்றுள்ள 'கோவில் காளையும் உழவு மாடும்' என்ற கதை செக் நாட்டிலிருந்து வெளிவந்த 'உலக இலக்கியம்' என்ற இலக்கிய மலரிலும் இடம்பெற்றது. தொல்காப்பியர் காலத்திலேயே தமிழில் சிறுகதைகள் தோன்றிவிட்டனவே என்று தோள்தட்டி ஆர்ப்பரிக்கும் வீரம் மட்டும் இருந்தால் போதாது. நமது இன்றைய இலக்கியம் பிற நாட்டார் தலைவணக்கம் செய்வதாக அமைய வேண்டும். சுந்தர ராமசாமியின் சிருஷ்டிகள் அந்தப் பெருமைக்கு உரித்தானது தமிழுக்கும் நமக்கும் மகிழ்ச்சி யளிக்கும் செய்தியாகும்.

இந்தத் தொகுதியிலுள்ள கதைகள் ஒவ்வொன்றும் ஒரு ரகம். ஒவ்வொன்றும் ஒரு உண்மையை, ஒரு உணர்ச்சியை வெளியிடுகிறது. தண்ணீர் லாரியிலுள்ள ஓட்டையை அடைப்பதற் காக, தன் விரலைக்கூட வெட்டித்தரச் சித்தம் கொள்ளும் கிழவியையும், தனக்கும் மானம் உண்டு என்பதை நிரூபிக்கும் பொறுக்கி வர்க்கப் பிரதிநிதியையும், ஆசார சீலங்களையெல் லாம் தாண்டி நிற்கும் தாய்மைப் பண்பையும், உடம்பின் ரத்தத்தோடு ஊறிவிட்ட உழைப்போடு பாடுபடும் உழவு மாட்டையும், பொருளை மட்டும் சுட்டெரித்துச் சுடுசாம்பலாக்கும் நெருப்பின் மூலம் தனது உள்ளப் புகைச்சலையும், தர்மாவேசத் தையும் தணித்துவிட முயலும் பிஞ்சு உள்ளத்தையும் நாம் இந்தக் கதைகளிலே காண முடியும். இத்தொகுதியிலுள்ள பல்வேறு கதைகளும் வாசகர்களின் உள்ளத்தில் பசுமை குன்றாமல் நின்று நிலவும் என்பதில் ஐயமில்லை.

இத்தகைய கதைகளைப் பத்திரிகை வாயிலாக அறிமுகப் படுத்திய காலத்தில் அடைந்த பெருமையையும் மகிழ்ச்சியையும் விட, இவற்றை நூல்வடிவில் வாசகர்களுக்கு அறிமுகப்படுத்தி வைக்கும் வாய்ப்பை எண்ணி நான் மேலும் மகிழ்ச்சி யடைகிறேன். இதே மகிழ்ச்சியை சுந்தர ராமசாமியின் சிருஷ்டிகள் மேலும் மேலும் வாசகர்களுக்கு வரையாது வழங்கிவரும் என்ற நம்பிக்கையும் உறுதியும் எனக்கு உண்டு.

சென்னை   ரகுநாதன்
26.12.59

அக்கரைச் சீமையில்

அதிகாலையில் கண் விழித்தேன்.

ரயில் ஓடிக்கொண்டுதானிருந்தது. படுத்த படியே ஜன்னல் வழியாக வெளியே பார்த்தேன். மரங்கள் ஓடிக்கொண்டிருந்தன; விளக்குக் கம்பங்கள் ஓடிக்கொண்டிருந்தன.

ஆப்பிரிக்காவில், தென் ரொடீஷ்யாவின் தலை நகரமான ஸாலிஸ் பரியிலிருந்து புலுவாயோறா வுக்குச் செல்லும் ரயில் வண்டியில் நான் யாத்திரை செய்துகொண்டிருந்தேன். இந்தியாவிலிருந்து கிட்டத் தட்ட ஆறாயிரம் மைல் தூரத்தில்! எண்ண எண்ண எனக்கே ஆச்சரியமாக இருந்தது.

திடீரென்று என் பெட்டிக்கு அடுத்த பெட்டியி லிருந்து கர்ண கடூரமான சங்கீதம் எழுந்தது. கிட்டத்தட்ட ஐம்பது பேர் சேர்ந்து அலறுவது போலிருந்தது. நான் எழுந்து ஜன்னல் வழியாக வெளியே தலையை நீட்டிப் பார்த்தேன். எஞ்சினுக்கு அடுத்த பெட்டியிலிருந்து இரைச்சல் வந்துகொண்டிருந்தது. அந்தப் பெட்டியின் வாசலில், “உள்ளூர்க்காரர்கள் மட்டும்” என்று கொட்டை எழுத்தில் எழுதியிருந்தது. அந்தப் பெட்டிக்குள் கிட்டத்தட்ட ஐம்பது காப்பிரிகளை – நீக்ரோ ஜாதியினரை – அடைத்திருந்தார்கள். வண்டியில் உட்காருவதற்கு பெஞ்சுகூடக் கிடையாது. விளக்கும் இல்லை. ஆணும் பெண்ணும் சரிசமமாக நின்று கொண்டிருந்தார்கள். தங்களுடைய அவஸ்தையை மறப்பதற்காகத்தான் அவர்கள் பாடிக்கொண் டிருந்தார்கள் போலிருந்தது.

வண்டி நின்றது.

காப்பிரிகள் வண்டியின் கதவைத் திறக்காமலே ஜன்னல் வழியாக 'தொம் தொம்'மென்று கீழே குதித்தார்கள். நானும் பெட்டி படுக்கையை எடுத்துக்கொண்டு கீழே இறங்கினேன். ஒரு காப்பிரி போர்ட்டர் என் அண்டையில் வந்து நின்று கொண்டு தன் பாஷையில் ஏதோ கேட்டான். நான் ஒன்றும் புரியாமல் விழித்தேன்.

பின்னாலிருந்து, "ஸார், உங்களுக்குத் தமிழ்நாடு தானே?" என்ற தமிழ்க்குரல் கேட்டுத் திரும்பிப் பார்த்தேன். ஒரு தமிழன் நின்றுகொண்டிருந்தான்! உடம்பு புல்லரித்தது. மீண்டும் அவனையே கூர்ந்து கவனித்தேன். தமிழன்தான். பாரத மாதாவின் தவப்புதல்வன்தான். அவனுக்கு ஐம்பது ஐம்பத்தைந்து வயது இருக்கும். கடின உழைப்பால் சக்கையாகிப்போன உடம்பு. காக்கிச் சட்டையும், காக்கி அரை நிஜாரும் அணிந் திருந்தான். சட்டைக் காலரின் பின்புறத்திலும் விளிம்பிலும் நித்திய உபயோகத்தால் வியர்வையின் கறை ஏறிப் போயிருந்தது. உடைகளும் தம் சுய நிறத்தை இழந்து பழுப்பு நிறமாக மாறி விட்டிருந்தன. காலில் பழைய ஜோடு போட்டுக்கொண் டிருந்தான். நரைத்த மீசை. நரைத்துக் கொண்டிருக்கும் புருவம். தலையில் முன்பாதி வழுக்கை விழுந்துவிட்டது.

"என்ன ஸார், அப்படியே நிக்குறீங்க? வாங்க போவோம்" என்று சொல்லிவிட்டு, உரிமையோடு என் சாமான்களை எடுத்துத் தலையில் வைத்துக்கொண்டு நடந்தான். முன்னால் நடக்கிறபொழுது அடிக்கடி திரும்பிப் பார்த்துக்கொண்டான். வாய்நிறையச் சிரித்தான். சந்தோஷ மிகுதியால் பேசுவதற்குக்கூட சக்தியற்றுப் போய்விட்டான் போலிருந்தது.

நான் மிகுந்த சிரமத்துடன், "உன் பெயரென்ன?" என்று கேட்டேன்.

"நம்ம பெயர் ராஜலூ நாயுடு ஸார். நாயுடூன்னு சொன்னாத் தான் தெரியும் இங்கே. நமக்கு ஊரு களக்காடு. திருநெல்வேலிப் பக்கம் களக்காடு ஸார். ஸாரு எந்த ஊரு?"

"உன் ஊர்ப் பக்கம்தான்."

"நானும் அப்படித்தான் நெனச்சேன். நம்ம மண்ணுன்னு நெத்தியிலே எழுதி ஒட்டியிருக்கு பாத்துக்கிடுங்க. அது என்ன மாயமோ, ஆண்டவனுக்குத்தான் வெளிச்சம்" என்றான்.

ஸ்டேஷன் வாசலில் ஒரு பீடாக் கடையில் நாயுடு நின்றான். "நாயர்! நாயர்!" என்று கூப்பிட்டான். ஒரு ஆசாமி வெளியே வந்தான். பட்லரின் தடபுடல் வேஷம்.

“நாயர், நம்ம ஊர் ஆளு வந்திருக்கு பாத்தியா!”

நாயர் என்னை ஏற இறங்கப் பார்த்தான். சிரித்தான்.

திடீரென்று, “விக்டோரியா அருவியெல்லாம் பாத்துட்டுப் போகலாமென்று வந்திருக்கிறீர்களா?” என்று பச்சைத் தமிழில் ஒரு போடு போட்டான்!

“உங்களையும் பார்க்கத்தான்.”

“எங்களை என்ன பார்வை ஸார்? நாங்களெல்லாம் இன்னும் உயிரோடுதானே இருக்கிறோம்” என்றான்.

நாயரின் பேச்சு எனக்கு விசித்திரமாக இருந்தது.

“ஏய் நாயர், என்னப்பா கதை அளக்கிறாய்? வந்த ஆளுக்கு ஒரு கப் டீ கொடு. ‘பெஷலா’ப் போட்டுக் கொடு” என்றான் நாயுடு.

நாயர் உள்ளே சென்று ஒரு கப் டீ எடுத்துக் கொண்டு வந்தான். நான் வெளியே நின்றவாறே அதைக் குடித்து முடித்தேன். பர்சை எடுத்ததும், “பின்னாலே வாங்கிக் கொள்கிறேன் ஸார். இங்கே இரண்டு நாட்கள் தங்குவீர்களில்லையா? இந்தியாவிலிருந்து வருகிறவர்கள் பார்க்க நிறைய இருக்கு ஸார். பார்த்துப் படிக்கணும். எங்க சொர்க்கத்தையெல்லாம் கொஞ்சம் சுத்திப் பாருங்க!” என்றான்.

எனக்கு அவன் பேச்சு மேலும் ஆச்சரியத்தை அளித்தது. ஏதோ எல்லையற்ற கசப்புணர்ச்சியுடன் பேசுவது போலிருந்தது. ஒற்றையடிப் பாதை வழியாக நடந்து செல்கிறபொழுது நாயுடு சொன்னான்.

“அவன் ஒரு தினுசான ஆசாமி ஸார். பெரிய சலுப்பன். ஆனா நல்ல ஆளு பாத்துக்கிடுங்க. இங்கெ வந்து ரொம்ப அடிபட்டுப் போனான். மனசு நொடிஞ்சு போயுட்டான்.”

நான் அங்கும் இங்கும் பார்த்தவாறே நடந்துகொண்டிருந்தேன். கட்டாந்தரையில் காப்பிரிக் கோழிகள் திரிந்து கொண்டிருந்தன. எங்கு பார்த்தாலும் நிறைமாதக் கர்ப்பிணி மாதிரி வயிற்றைத் தள்ளிக் கொண்டு நிற்கும் பவோபாப் மரங்கள். தொலை தூரத்தில் பற்றாக்குறை உடைதரித்து, காப்பிரிப் பெண்கள் புகையிலைத் தோட்டத்துக்குச் சாரி சாரியாகச் சென்று கொண்டிருந்தார்கள்.

வெளிநாட்டுக் கறுப்பு யாத்ரீகர்களுக்கென்று ஒதுக்கப் பட்டிருக்கும் ஒரு சத்திரத்தில் என்னைக் கொண்டு சேர்த்தான் நாயுடு. அங்கிருந்த ஒரு நீக்ரோ வேலைக்காரனிடம் நீக்ரோவின்

பாஷையில் ஏதேதோ சொன்னான். அவன் சொல்லி முடிந்ததும் நீக்ரோ மிகுந்த பயபக்தியுடன் என் பெட்டி படுக்கைகளை ஒரு அறையில் கொண்டு வைத்து, வேண்டிய சௌகரியங்கள் செய்து தந்தான்.

"ஸார்! நான் நீக்ரோவிடம் என்ன சொன்னேன் தெரியுமா? நீங்க இந்தியாவிலெ பெரிய போலீசு ஆபீசர், ரொம்ப அதிகாரமுள்ளவர், அப்படி இப்படீன்னு கதை விட்டேன். இந்தப் பயக போலீசுன்னாத் தான் பயப்படுவானுக. வேறு யாரா இருக்கட்டும், சட்டை செய்ய மாட்டான்" என்றான்.

நான் நாயுடுவுக்குக் கூலி கொடுத்தேன்.

"பின்னாலெ வாங்கிக்கிறேன் ஸார். அப்புறமா வாறேன் ஸார்" என்று சொல்லி ஒரு கும்பிடுபோட்டுவிட்டுப் போய் விட்டான் நாயுடு.

நான் காலைக் கடன்களை முடித்துவிட்டு என் அறையில் படுக்கையில் சாய்ந்தேன்.

மனம் ஏனோ கட்டுக்கடங்காமல் தவித்தது. நாயுடுவின் முகம் மனத்தில் ஆடிக்கொண்டிருந்தது. அந்தக் கண்களில் தான் எவ்வளவு துயரம் தேங்கி நிற்கிறது! திடீரென்று நாயரின் பேச்சு ஞாபகம் வந்தது. அவன் ஏன் அப்படிப் பேசினான்? நாயுடுவைக் கூடவே இருக்கச் சொல்லி சகல சமாச்சாரங் களையும் விசாரித்துத் தெரிந்து கொள்ளாமல் அனுப்பி விட்டோமே என்று என் முட்டாள்தனத்தை நொந்து கொண்டேன். நாயுடு வருவானோ? ஒரு சமயம் வராமலேயே இருந்து விடுவானோ?

எப்பொழுது தூங்கினேன் என்று எனக்கேத் தெரியாது. கண் விழித்தபோது எதிரே தரையில் நாயுடு உட்கார்ந்து கொண்டிருந்தான். நான் சட்டென்று எழுந்து உட்கார்ந்து கொண்டு, "வந்து ரொம்ப நேரமாகிறதோ?" என்றேன்.

"இல்லெ ஸார், இப்பொத்தான் வந்தேன். நல்லாத் தூங்கினேளா ஸார்? ஊதைக் காத்து அடிக்குதே, சன்னலெ சாத்திக்கக்கூடாதா ஸார்" என்றான்.

நாயுடுவிடம் நான் கேள்விமேல் கேள்வி அடுக்கினேன். நாயுடு சொன்னான்:

"நான் இந்தியாவிலிருந்து வந்து இந்த மண்ணுலெ காலெ வச்சு, வர்ற செப்டம்பருக்கு இருபத்தஞ்சு வருஷம் ஆயிடும் ஸார். வந்தா, அஞ்சாறு வருஷத்திலே சம்பாரிச்சு மடி நெறையக் கட்டிக்கிட்டு போயுடலாம்னு வந்தேன். இங்கே என்னமோ

தேனா ஒளுகுதுடான்னாங்க. வந்த பின்னாலெல்லா வெசயம் தெரியுது. நானும் ஊரான ஊரெல்லாம் சுத்தி அலஞ்சிட்டேன். கொஞ்ச கஷ்டமில்லெ ஸார், அவ்வளவும் பட்டாச்சு.”

“இங்கே வந்ததிலிருந்து ரயில்வே போர்ட்டராகத்தான் இருக்கிறாயோ ?”

“சேய், நல்லாக் கேட்டீங்க. நான் பாக்காத வேலெ பாக்கியில்லெ. இந்தச் சீமையிலெ அய்யா காலு படாத புகையிலெத் தோட்டம் இருக்கவா செய்யுது? ஒண்ணு ரெண்டு வருஷமில்லெ ஸார், இருபது வருஷம் வேலெ பார்த்தேன். ஒருநா ஒரு துண்டு புகையிலையைக் கிள்ளி வாயிலெ போட்டுக் கிட்டதெ ஒரு வெள்ளைக்காரப் பய பாத்துப்புட்டான். பெரிய திருட்டாம் ஸார் அது! அந்தாலெ ஒரு மேசையிலெ குப்புறக் கெட்டிப்போட்டு, காண்டாமிருகத் தோலால செஞ்ச சவுக்கு ஸார், அதாலெ பளீர் பளீர்னு பதினஞ்சு அடி கொடுத்தான். பாவி அடிச்ச அடியெப் பாருங்க” என்று சொல்லியவாறே சட்டையைக் கழற்றிக் காண்பித்தான். முதுகில் தழும்புகள் பளிச்சென்று தெரிந்தன.

“அன்னித் தேதியிலேயே ஒன் வேலெயுமாச்சு நீயுமாச்சுன்னு வெளிலே வந்தேன். ஆப்பிரிக்காவையே திருடித் திங்கறவன், நான் வச்சு வளத்த பொகையிலையைத் திருடினேன்னு அடிக்கிறான் ஸார். நாயத்தைக் கேளுங்க. இதெல்லாம் இங்கே சர்வ சாதாரணம் ஸார். ரெண்டுநா முன்னாலெ ஒரு நீக்ரோ வெள்ளெக்காரிச்சியைக் கையைப் புடிச்சு இழுத்தான்னு சுட்டுக் கொன்னுப்புட்டான்! இந்தப் பயலுகளோ காப்பிரிச்சிக்கு கொழந்தெ கொடுத்து ஒரு தனி சாதியையே உண்டாக்கிப் புட்டான் பாத்துக்கிடுங்க.

“நாங்கெல்லாம் சொந்த மண்ணெ விட்டுட்டு இம்மாந்தூரம் கண்காணாத சீமயிலே வந்து என்னத்தெ ஸார் கண்டுப் புட்டோம்? இந்த இருபது வருஷத்திலெ ஒரு சல்லி மிச்சம் பாக்கலெ ஸார். சின்ன வயசிலெ எங்கம்மா சொல்லுவாங்க, ‘டேய் ராஜவு, காதறை கூதறையாத் திரியாதே. கெட்டுப்போவே. நமக்கு இருக்குது இந்த ரெண்டு கைதாண்டா. அதுதாண்டா நமக்குச் சொத்து’ அப்படீம்பாங்க. மாராசி வாக்குப் பலிச்சுப் போச்சு. இண்ணைக்கும் இந்த ரெண்டு கைதான் ஸார் இருக்கு. ஆனா அதுக்கும் வலு கொறஞ்சு போச்சு ஸார். சின்ன வயசிலே இப்படியா இருந்தேன்? கையும் தோளும் மொளுமொளுன்னு வஸ்தாத் மாதிரி இருக்கும் பாத்துக் கிடுங்க. ஒரு மூட்டை அரிசியை வெளக்கு வச்சாலெ களக்காடு சூனா ராவன்னா மானா கடையிலிருந்து தூக்கினேன்னா,

திர்நேலிலிருந்து கடைசி வண்டி வருததுக்கு முன்னாலெ டாண்ணு வள்ளியூரிலெ கொண்டு தள்ளிப்புடமாட்டேனா தள்ளி! ஆமா, லேசுப்பட்ட ஆளுன்னு நெனக்காதீங்க. இண்ணைக்கு இந்த ஒடம்பிலெ வலு இல்லெ. எல்லாம் போச்சு ஸார், போச்சு. எங்கெ போச்சு? ஒரு இடம் போலெ. எல்லாம் நோட்டா மாறி வெள்ளைக்காரன் ஜேப்ல இருக்கு ஸார்.

“நான் என்னமோ என் கதையையே அளந்துக்கிட்டிருக்கேன். ஒங்களப்பத்தி ஒண்ணும் விசாரிக்கலெ. நம்ம ஊர் முகத்தெப் பார்த்து ரொம்ப வருஷம் ஆயிருச்சு ஸார். அதுதான் எனக்கு ஒங்களெப் பார்த்ததும் ஒரே குஷி கிளம்பிடுச்சி. ஆமா, நம்ம ஊரைப்பத்திக் கேக்கவே மறந்துட்டேனே! இந்த மூளையை ஒடப்பிலெதான் வைக்கணும். ஏன் ஸார், நம்ம ஊரெல்லாம் எப்படி இருக்கு ஸார்? ஒரு நூஸ் கூட தெரிய மாட்டேங்குது. அந்த நாயர்தான் பேப்பரைக் கீப்பரைப் படிச்சுட்டு ஏதோ சொல்லுவான். ஆனா அவன் ரொம்ப ‘ராங்’ சைடில போறவன். நீங்க சொல்லுங்க ஸார், நம்ம தேசத்துக்குச் சொதந்திரமெல்லாம் கெடச்சுப் போச்சே. இப்போ எங்கே பார்த்தாலும் ஒரே செளிப்பா இருக்கும்தானே ஸார்? கிட்டத்தட்ட முப்பது வருஷத்துக்கு முன்னாலெ சத்தியமூர்த்தின்னு ஒரு பெரிய தலைவரு பாளையங் கோட்டையிலெ வந்து பேசினாரு. நான் ராவோட ராவா நடையை விட்டேன். அப்பவெல்லாம் நீங்க சின்னக் கொளந்தையா இருப்பீங்க. மனுசன் என்ன பேச்சுப் பேசினாங்கிறிய? அம்மாடி! இந்த வெள்ளைக்காரப் பயதான் எதுக்கும் குறுக்கே நிக்கான்; அவன் தொலைஞ்சிட்டா நமக்கு அது வந்திடும் இது வந்திடும், அது கெடச்சிடும் இது கெடச்சிடும் அப்படீன்னு பேசினார் ஸார். இப்போ எல்லாம் கெடச்சிருக்குமே ஸார். என்ன ஸார் பேசாம இருக்கீங்க? லூஸு கணக்காகப் பேசுதானேன்னு நெனக்கிறீங்களா . . ?

“நான் ஊருக்குத் திரும்பிடலாம்னு பாக்கறேன் ஸார். சல்லிக் காசுகூடக் கையிலெ இல்லை. அது வேற வெசயம். அட, கப்பல் செலவுக்குத் துட்டுப் பாத்துட்டேன்னே வையுங்களேன். அங்கே வந்தா வண்டி ஓடணுமில்லெ. அதுதான் கேக்கறேன். இது என்ன அர்த்தமில்லாத கேள்வின்னு யோசிக்கிறீங்களா? நான் என்னமோ இன்னும் வெள்ளைக் காரன் சர்க்கார்ன்னெ நெனச்சுப் பேசறேன். வேலை ரெடியாக் கொடுப்பாங்க இல்லையா ஸார்? எல்லாம் நம்ம சர்க்கார் தானே ஸார். நாம் வேறே, சர்க்கார் வேறயா? என்ன நான் கேக்கிறது . . ?

"நம்ம கதையெ பெரிசா சொல்ல வந்துட்டேன். இன்னும் இந்த தேசத்திலே எங்கே வேணும்னா போங்க. லிவிங்ஸ்டன், நுஸலாண்டு, உம்தாலி, டங்கானி – எங்கே வேணும்னா போங்க ஸார். நம்ம ஆள்தானே ஸார் உழைச்சு உழைச்சுச் சாவுறான்! தமிளன்னா கூலின்னு அர்த்தம் ஸார் இங்கே. இவங்களுக் கெல்லாம் விடியுணும்னா நம்ம சர்க்கார் கண் வச்சாத்தானே முடியும் ஸார்? என்ன நான் சொல்றது? நான் பாட்டுக்கு வளவளன்னு பேசிக்கிட்டே போறேன்; நீங்க பாட்டுக்கு 'கம்'னு இருக்கிங்களே ..?"

எனக்குத் தொண்டையை அடைத்தது. பேச்சை மாற்றுவதற்காக, "உனக்கு மனைவி குழந்தைகள் எல்லோரும் இருக்கிறார்களா?" என்றேன்.

நாயுடுவின் முகம் சட்டென்று கன்றிற்று. அவன் என்னுடைய கேள்வியே காதில் விழாததுபோல் பாவித்துக் கொண்டு எழுந்திருந்தான்.

"பதினோரு மணி வண்டிவற டயமாயிருச்சு. நான் போயிட்டு வரேன் ஸார்" என்று சொல்லி வெளியேறினான்.

மனம் ஒரே சஞ்சலமாக இருந்தது. நாயுடு அவனறியாமலேயே பல்வேறு எண்ணங்களைத் தூண்டிவிட்டுச் சென்று விட்டான். வெகுநேரம் அவன் பேச்சையே எண்ணிப் பார்த்துக் கொண்டிருந்தேன். எனக்கு அவன் முகத்தில் விழிக்கக்கூட யோக்கியதை இல்லை என்று தோன்றிற்று. அவன் அவஸ்தையைக் கற்பனை பண்ணிப் பார்ப்பதுகூடச் சாத்தியமில்லை. கல்யாணமாகிவிட்டதா என்று கேட்டதும் அவன் முகபாவம் ஏன் மாற வேண்டும்? அதில் என்ன ரகசியம் இருக்கும்?

மாலை வரை சுற்றிச்சுற்றித் திரிந்து கொண்டிருந்தேன். குஜராத்தி வியாபாரிகள் வாழும் மாடமாளிகையெல்லாம் பார்த்தேன். தமிழர்களைப் பார்த்தேன். எல்லோரும் கூலிகள். புலுவாயோறாவிலேயே சினிமா தியேட்டர், பெரிய ஹோட்டல் எல்லாம் இருந்தன. ஆனால் அங்கு கறுப்பனுக்கு அனுமதி கிடையாது என்பதைத் தெரிந்து கொண்டேன்.

கடைசியில் கடைத்தெருவில் ஒரு குஜராத்தியின் 'டூக்கா'(கடை)வில் ஏறி உட்கார்ந்து முதலாளியிடம் பேச்சுக் கொடுத்துக் கொண்டிருந்தேன்.

அப்பொழுது அங்கு ஒரு காப்பிரிப் பெண் வந்தாள். கிட்டத்தட்ட நாற்பது வயதிருக்கும். அவள் ஆடை அலங்காரம் ரொம்ப விசேஷமாக இருந்தது. சூலி வயிறு தெரிய சாணிச் சுருணைபோல் ஒரு கறுப்புத் துணியைச் சுற்றிக்கொண்

டிருந்தாள். மற்றபடி உடம்பில் வேறு எங்கும் நூலிழைகூடக் கிடையாது. மறைவில்லாத மார்பகம்; அறுந்துவிட்ட குதிரைவாலிப் புல் மாதிரி குச்சி குச்சியாகத் தலை மயிர்; காதில் கைவளையல் போன்ற காதணிகள்.

அவள் கறுப்புத் துணி கேட்டாள். கடை முதலாளி துணியை அளந்து கத்திரியைக் கையில் எடுத்ததும் அந்தப் பெண், "பீடா பஞ்சாரா, பீடா பஞ்சாரா" (சிறிது தயவு காட்டுங்கள்) என்று கெஞ்சினாள். உடனே அந்த குஜராத்தி ஒரு அரை கெஜம் தள்ளி வெட்டிக்கொடுத்தான்.

"இப்படி அதிகமாக வெட்டிக்கொடுப்பது நஷ்டமல்லவா?" என்று கேட்டேன்.

"நாலு கெஜம் கொடுப்பதற்கு முதலில் மூன்று கெஜம் அளந்து விட்டு அப்புறம் அரை கெஜம் கூட்டிக் கொடுத்தால் யாருக்கு நஷ்டம்?" என்று கேட்டான்.

"அவள் முன்னால் வைத்துத்தானே அளந்தீர்கள்?"

"அவளுக்குத்தான் எண்ணத் தெரியாதே" என்று சொல்லிச் சிரித்தான் குஜராத்தி.

குஜராத்தி ஏன் மாடி வீட்டில் இருக்கிறான் என்பது எனக்குப் புரிந்தது.

சட்டென்று அந்தப் பெண், "நாயுடு, நாயுடு" என்று கூப்பிட்டாள். நான் திரும்பிப் பார்த்தேன். நாயுடு கடைக்குள் நுழைந்தான். என்னைக் கண்டதும் அவன் முகம் சிவந்தது. அந்தப் பெண் அவனருகே சென்று செல்லம் கொஞ்சி ஏதோ பேசினாள். உடனே நாயுடு ஜேபிலிருந்து கொஞ்சம் பணமெடுத்து அவள் கையில் கொடுத்தான்; சட்டென்று வெளியேறினான்.

நான் குஜராத்தியிடம் கேட்டேன்.

"ஸார், இப்பொழுது வந்தானே, அந்த போர்ட்டருக்கு இந்தப் பெண் யார் ஸார்?"

"மனைவி."

நான் மீண்டும் அறையில் சென்று படுத்தேன். மனம் நிலையின்றித் தவித்தது. நாளை எப்படியும் ரயிலேறி விட்டால் போதுமென்றாகி விட்டது. விண்டு சொல்ல முடியாத எண்ணங்கள் மனத்தை அழுத்தின. இரவு ஒன்பது மணிக்கு மீண்டும் நாயுடு வந்தான். "கொஞ்சம் வெளியே லாந்திட்டு வரலாம் ஸார், வாங்க" என்றான். இரண்டு பேரும் வெளியே கிளம்பினோம்.

நல்ல நிலவு. ஒற்றையடிப் பாதை வழியாகப் பள்ளத்தில் இறங்கிக் கொண்டிருந்தோம். வெட்டவெளியில் மின்மினிப் பூச்சிகள் தீக்கோலம் போட்டுக்கொண்டிருந்தன. அந்த அகால வேளையில்கூட கர்ப்பிணியான ஒரு காப்பிரிச்சி மிகுந்த சிரமத்தோடு குனிந்து புல் அறுத்துக் கொண்டிருந்தாள். நாங்கள் சென்றுகொண்டிருந்த இடம் மிக மோசமாக இருந்தது. ஊரிலுள்ள சாக்கடையெல்லாம் சங்கமமாகி அகண்ட சாக்கடை யாகப் பரிணமிக்கும் புண்ணிய ஸ்தலம் போலிருந்தது.

சிறிது தூரம் நடந்ததும் தொலை தூரத்தில் தமுக்கின் மெல்லிய ஓசை கும்கும்மென்று கேட்டது. தமுக்கோசை பயங்கரத்தை மிகைப்படுத்திற்று.

"இண்ணைக்குத்தான் எஸ்டேட்டிலெ சம்பளம் போடற நாள் ஸார். ஆணும் பெண்ணும் இண்ணைக்கு மூக்குமுட்ட தண்ணியப் போட்டுட்டு ஆடும். இதெல்லாம் ஒரு ஆட்டமா ஸார்? இந்த மூதிகளுக்கு ஒரு எழவும் தெரியாது. அதெல்லாம் நம்ம ஊரிலெதான் ஸார் இருக்கு."

எனக்கு அவர்கள் நடனத்தைப் பார்ப்போமே என்று தோன்றிற்று. நாயுடுவிடம் சொன்னேன்.

"ஐயோ வேண்டாம். மகா கண்றாவியாக இருக்கும். அப்படியே காறி உமிழ்ந்திடுவீங்க."

நான் விடவில்லை. என் நிர்ப்பந்தத்தின்பேரில் நாயுடு என்னை அங்கு கூட்டிக்கொண்டு போனான்.

ஆணும் பெண்ணுமாக காப்பிரிகள் ஒருவரை ஒருவர் அணைத்து ஆடிக்கொண்டிருந்தார்கள். நடனம் என்ற பேரில் காமக் கேளிக்கை. முத்திரைகள் எல்லாம் பச்சைக் காம சேஷ்டைகள்.

நாங்கள் அங்கிருந்து நடந்தோம். சிறிது தூரம் சென்றதும், "அதோ தெரியுது பார்த்தீர்களா? அதுதான் நம்ம குடிசை" என்றான் நாயுடு.

"அதுவரை போயுட்டு வருவோமே" என்றேன் நான்.

"எதுக்கு ஸார்? நம்ம குடிசேலெ உங்களுக்குத் குந்த நாற்காலிகூடக் கெடயாது ஸார்."

"பரவாயில்லை, போவோம்" என்றேன்.

சிறிது நேரம் மௌனமாக இருந்துவிட்டு நாயுடு கேட்டான்:

"ஆமாம் ஸார், அந்தக் குஜராத்தி வியாபாரி என்னெப்பத்தி உங்கள்ட்ட ஏதாவது சொன்னானா?"

“இல்லையே!”

“ஸார், அந்தக் கடையிலெ வச்சு ஒரு பொண்ணு நம்மட்டேருந்து காசு வாங்கிச்சே, அந்தப் பொண்ணு நம்மகூடத்தான் இருக்குது ஸார். பொஞ்சாதின்னு வச்சுக்குங் களேன். ரெண்டு கொளந்தையும் இருக்கு ஸார்.”

நான் ஒன்றுமே பேசவில்லை. நாயுடு இந்த விஷயத்தைச் சொல்லும்பொழுது அவமான உணர்ச்சியால் குன்றிப்போனது போல் எனக்குத் தோன்றிற்று.

“நான் என்ன செய்வேன் ஸார்? எப்படியோ எல்லா வெசயமும் நடந்து போச்சு. நான் மட்டுமில்லெ ஸார். பேர்பாதி தமிளன் இங்கெ காப்பிரிச்சியெத்தான் கெட்டியிருக்கான். இன்னைக்கு காலையிலெ பார்த்தோமே நாயர், அவனும் ஒரு காப்பிரிச்சியெத்தான் கெட்டிக்கிட்டிருக்கான். அவனுக்கு அஞ்சு கொளந்தை இருக்கு. ஆனா நீங்க ஊருக்குப் போய் நம்ம ஆசாமிகள்ட்டெ இந்த விஷயத்தைச் சொல்ல வேண்டாம் ஸார்.”

காப்பிரிச்சிகளைக் கல்யாணம் செய்துகொள்வது அங்கு வழக்கம் என்பதை எடுத்துச்சொல்வதன் மூலம் தன்னுடைய அவமான உணர்ச்சியைத் தணித்துக் கொண்டான் நாயுடு.

இரண்டு பேரும் நாயுடுவின் குடிசையை அடைந்தோம். வெளியே ஒரு லாந்தர் விளக்குத் தொங்கிக் கொண்டிருந்தது.

மிஸிஸ் நாயுடு ஒரு குழந்தையை மடியில் போட்டு, பேன் சொடுக்கிக்கொண்டிருந்தாள். பக்கத்தில் மற்றொரு குழந்தை சாளை வாய் வழியத் தூங்கிக் கொண்டிருந்தது.

நாயுடு ஒரு பலகையைக் கொண்டுவந்து வெளியே போட்டுவிட்டுத் தன் மனைவியிடம் ஏதோ கடுமையாகச் சொன்னான். உடனே அவள் எழுந்திருந்து கொடியில் கிடந்த நாயுடுவின் காக்கிச் சட்டையைத் தன்னுடைய மார்பில் போட்டு மூடிக்கொண்டாள். நான் கீழே உட்கார்ந்தேன்.

“நம்ப ஊரு பொம்புளைங்க மாதிரி இல்லெ ஸார். இதுக தலையிலெ சாமான் கெடயாது. வள்வள்னு விழும். ஒரேயடியா எல்லாத்தையும் கைகளுவிப் போட்டு இந்தியா வுக்கு வந்துடலா முன்னு பாக்கிறேன். அதெ நெனச்சு நெனச்சுத் தான் ஸார் ஏங்கறேன்! இந்த மண்லெ கால் தரிக்கலெ ஸார். ஒடம்பெ சூளையிலெ சொருகி வச்சாப்லெ இருக்கு ஸார். ஊருக்கு வந்து தாமிரவர்ணிலெ விளுந்து குளிக்கணும்; அந்த ஆத்து மணலிலே கெடந்து பொரளணும் ஸார். செத்தா

◆ 24 ◆ சுந்தர ராமசாமி

அந்த மண்லெதான் சாகணும். அந்த மண்லெ எரிச்சாத்தான் ஸார் என் நெஞ்சு வேகும்.”

நாயுடுவின் கண்களில் நீர் நிறைந்துவிட்டது. அவன் தலையை மறுபுறம் திருப்பிக்கொண்டான்.

திடீரென்று காப்பிரிச்சி உள்ளேயிருந்து எழுந்து வந்தாள். நாயுடு முன்னால் வந்து என்ன என்னமோ பொரிந்து கொட்டினாள். அப்புறம் என் முன்னால் வந்து தோளைச் சிலுப்பிக் கொண்டே ஏதேதோ சொன்னாள்.

என்ன சொல்கிறாள் என்று நாயுடுவிடம் விசாரித்தேன்.

“ஸார், அவ சொல்றா, நான் சதா இந்தியா இந்தியான்னு ஏங்கிக்கிட்டுக் கெடக்கேனாம். நான் இந்தியாவுக்குப் போறதெப்பத்தி அவளுக்கு ஆச்சேபனை கிடையாதாம். கல்யாணம் பண்ணிக் கொளந்தைகளையும் பெத்துட்டோமே எப்படீடா ஊருக்குப் போறதூன்னு நான் சுணங்க வேண்டாமாம். புகையிலெத் தோட்டம் இருக்கிறது வரை காப்பிரிச்சிக்கு அவ கொளந்தயெக் காப்பாத்தத் தெரியுமாம். என்னைக் கையோடெ கூட்டிட்டுப் போங்கன்னு ஒங்ககிட்ட சொல்லச் சொல்றா!”

அதற்குமேல் என்னால் அங்கிருக்க முடியவில்லை. விடை பெற்றுக்கொண்டேன்.

அன்று இரவு நான் உறங்கவில்லை.

மறுநாள் ஸ்டேஷனுக்கு நாயுடுதான் சாமான் கொண்டு வந்தான். நான் நாயரிடம் விடைபெற்றுக்கொள்ளச் சென்றேன். ஒரு கப் டீ தந்து நாயர் உபசரித்தான்.

“நாயர், நான் இந்தியாவுக்குப் போகப் போறேண்டா” என்றான் நாயுடு.

“டேய் நாயுடு, ஒன்னெ யாருடா அங்கே கூப்பிட்டா? யாரோ வெத்திலை பாக்கு வச்சு அளச்ச மாதிரி பேசறியே! அங்கே போயி என்னடா செய்யப் போறே? ஓட்டெத்தான் தூக்கணும். பத்திரிகை கித்திரிகை படிச்சாத்தானே ஒனக்கு ஏதாவது தெரியும்? டேய், இந்தியாவிலிருந்து பீஜிக்கும் அந்தமானுக்கும் கழுத்தைப் பிடிச்சுத் தள்ளறான். நீ என்னமோ மூட்டை கெட்டறியே?”

“நெசந்தானா ஸார்?” என்று கேட்டான் நாயுடு.

நான் பதில் சொல்லவில்லை.

"பின்னே என்ன டூப்பா விடறேன்? டேய், இங்கே வேலை காலியிருக்குன்னா சொல்லியனுப்பு. ஸார் ஊருக்குப் போய் ஒரு ஆயிரம் பேரை அனுப்பி வைப்பார்."

நாயர் கடகடவென்று சிரித்தான்.

"டேய் நாயுடு, இங்கெ வேலை பார்க்கிறது ரொம்பக் கஷ்டமாயிருக்குன்னா ஒண்ணு சொல்றேன், செய்யி. விக்டோரியா அருவியிலெ போய் விளுந்து சாவு. இந்தியா வுக்குப் போயுடாலாமுங்கற நெனப்ப மட்டும் விட்டுடு. இல்லெ போனயோ அரைவயத்துக் கஞ்சிக்கும் லாட்டரிதான் அடிப்பே, ஆமா."

"அப்படியா ஸார்?" என்று கேட்டான் நாயுடு.

நான் பதில் சொல்லவில்லை.

கறுப்பர்களுக்காகத் தனியாக ஒதுக்கி வைத்திருக்கும் பெட்டியில் என் சாமான்களைக் கொண்டு வைத்தான் நாயுடு.

வண்டி புறப்படுவதற்கு ஐந்து நிமிடங்கள்தானிருந்தன. நாயுடு தன் ஜேப்பிலிருந்து ஒரு பாக்கெட் கோல்டு லீப் சிகரெட்டை எடுத்து என் கையில் தந்தான்.

"உங்களுக்காக வாங்கிக்கிட்டு வந்தேன் ஸார்" என்றான். நான் கொடுத்த கூலியையும் அவன் வாங்கிக் கொள்ள மறுத்து விட்டான்.

"கூலிக்கு என்ன ஸார்? எனக்கு எப்படியும் இந்தியாவுக்கு வரணும் ஸார். நீங்க ஊருக்குப் போனதும் எனக்கு ஒரு வேலை பார்த்து எழுதுவீங்களா ஸார்?" என்று கேட்டுக் கொண்டே தமிழில் அவன் விலாசம் எழுதிய ஒரு சீட்டை என்னிடம் கொடுத்தான்.

ரயில் விசில் ஊதிவிட்டது.

"என்ன ஸார்? நான் கேட்டுக்கிட்டே இருக்கேன் நீங்க பதிலே சொல்லாம இருக்கீங்களெ! எனக்கு இந்தியாவுக்கு வரணும் ஸார். அந்த மண்ணிலெதான் சாவணும் ஸார். ஒரு வேலை பார்த்து எழுதுவீங்களா ஸார்?"

ரயில் நகர்ந்தது.

"சொல்லுங்க ஸார்? வேலை பார்த்து எழுதுவீங்களா ஸார்? எழுதுவீங்களா ஸார்?... ஸார், எழுதுவீங்களா ..?"

என் கண்களில் நீர் நிறைந்தது. நான் முகத்தை மூடிக் கொண்டேன்.

***சாந்தி*, 1953**

அடைக்கலம்

மணிமேடை ஜங்ஷனில் பாகீரதிப் பாட்டி போய்க்கொண்டிருந்தாள். மணி ஏழு அடிக்க ஆரம்பித்ததும் ஓட ஆரம்பித்து விட்டாள். பூதாகார மான சரீரம் குலுங்கக் குலுங்க, மண்டை உருள, நாலடி பாய்ந்தாள்; இரண்டடி நடந்தாள். வாண்டுக் கூலியும் பின் தொடர்ந்து ஓடினான். 'சீன்' வேடிக்கையாகத்தான் இருந்தது. பார்த்து ரசிக்கத் தான் மகாஜனங்கள் அதிகமில்லை. மணிமேடைச் சுற்றுப்புறம் இன்னும் சுறுசுறுப்பு அடைந்த பாடில்லை. கண்விழித்தும் காலை ஆட்டிக்கொண்டு படுக்கையில் சோம்பிக் கிடப்பது போலிருந்தது.

பாட்டி ஓடிக்கொண்டிருந்தாள்.

லாலா மிட்டாய்க்கடை ஓட்டுத்திண்ணையில் கால் முட்டுகளைக் கைகளால் பிணைத்து, இடுப்பு வேஷ்டியைக் கழுத்துவரை சுற்றிக் கொண்டிருந்த கூலி, புகையேறிய பல்லைக்காட்டி இளித்தான். தெருக்கூட்டிக்கொண்டிருந்த தோட்டிச்சியும் ரசித்து மகிழ்ந்தாள். ஓரிருவர் இதைக் கவனிக்காமலே சந்தைக்குப் போய்க் கொண்டிருந்தனர்.

திருப்பத்தில் குதிரைவண்டி வரிசை. கோச்சுப் பெட்டியில் தலை வைத்து வளையமாய்ப் படுத்துக் கொண்டிருந்த வண்டிக்காரன் தலையைத் தூக்கி, "அம்மா, துரிசமாப் போங்க, வண்டி நகர்ந்தாச்சு" என்று விஷமத்தனமாக முடுக்கியும் வைத்தான்.

குரல் எங்கிருந்து வந்தது என்பதைக்கூடப் பாட்டி கவனிக்க வில்லை. அசரீரிக்குப் பணிந்த

மாதிரி மேலும் வேகமாக ஓட முயன்றாள். பழைய வேகம் தான். தலையும் ஊளைச்சதை ஆட்டமும் தான் 'ஓஹோ'வென் றிருந்தது.

திருப்பம் தாண்டியதும் தொலைவில் பஸ் நிற்பது தெரிந்தது. தன்னுணர்வின்றி வேகம் குறைந்து, நடையிலும் அசட்டு நடை போட ஆரம்பித்தாள் பாட்டி. அவளால் நடக்க முடிய வில்லை. மேலும் கீழும் இரைத்தது. வேர்த்துக் கொட்டிற்று. வாயை மூட முடியவில்லை.

நின்று கொண்டிருந்த பஸ் எங்கு செல்கிறதோ, யாருக்குத் தெரியும்? ஒரு பஸ் நிற்பதைப் பார்த்த மட்டும் திருப்தி; அவ்வளவு தான்.

திருக்கணங்குடி செல்ல ஏழு மணிக்கு வண்டி உண்டென்று எண்ணிப் பாட்டி புறப்பட்டு வந்துவிடவில்லை. பஸ் எப் பொழுது போகிறது என்பதும் அவளுக்குத் தெரியாது. அவள் பாட்டுக்கு வந்து கொண்டிருந்தாள். மணி அடிக்க ஆரம்பித்ததும் அவசரம் குடிபுகுந்து விரட்டியது. ஏன் ஓடினோம் என்பது அவளுக்கே தெரியாது.

நின்று கொண்டிருந்த வண்டி நகர ஆரம்பித்தது. மீண்டும் ஓட எத்தனம் கூட்டினாள் பாட்டி.

"இந்தா அம்மா, எங்கே போகணும்?"

"திருக்கணங்குடி போணம்டா அப்பா."

"அந்த வண்டி திர்நேலி போகுது. வீணா ஏன் பாயறீங்க."

நின்றாள் பாட்டி.

கூலியுடன் கணக்குத் தீர்ப்பதற்குமுன் ஒரு ஆவர்த்தனம் சண்டை. டிரைவரும் கண்டக்டரும் ஸ்டாண்டு ஏஜெண்டும் சமரசம் செய்து வைத்தார்கள். போனால் போகட்டும் என்று, கூட அரை அணாவை வீசினாள் பாட்டி. நடுரோட்டில் நின்று தாவா செய்து கொண்டிருப்பதற்கு வெட்கமாகத்தான் இருந்தது அவளுக்கு.

"திருக்கணங்குடிக்கு வண்டி எப்போடா அப்பா?" என்று கேட்டாள் பாட்டி.

"எட்டேகாலுக்குத்தான்" என்றார் டிரைவர்.

பாட்டி ஒரு டிக்கட் வாங்கிக்கொண்டாள்.

"ஏன் நட்ட நடுவிலே நின்னுக்கிட்டிருக்கீங்க. அன்னா அந்த ஓட்டுத் திண்ணையிலெ இருங்க."

பாட்டி சாமான்களை ஒவ்வொன்றாக ஓட்டுத் திண்ணைக்கு நகர்த்தினாள்.

செண்பகராமன்புதூர் கீரைத்தண்டு ஒரு கூடை நிறைய. அதை ஈரத்துணி போட்டு மூடிக் கட்டியிருந்தாள். ஒரு பெரிய டப்பா, அதற்கு மூடியும் பூட்டுமிருந்தது. துணி மூட்டை; புடவைகள் இரண்டு இணை சேர்ந்த பாம்புகள் மாதிரி முறுக்கிக் கொண்டு ஒன்றை ஒன்று பார்த்தபடி நின்றன. மாஜி வெள்ளை நிறம். ஒரு அரிவாள் மணை. புத்தம் புதிசு. மணைக்காம்பு மஞ்சள் மசேலென்றிருந்தது. அரிவாளைப் பழந்துணியால் சுற்றியிருப்பது சகப் பிரயாணிகளுக்குத் திருப்தி தரும் விஷயம்.

நாலு சாமான்களும் ஓட்டுத் திண்ணையில் ஏறிக் கொண்டால் பாட்டி நிற்கத்தான் வேண்டும். டப்பாவையும் கீரைக்கூடையையும் காலடியில் சேர்த்து வைத்துக்கொண் டாள். அரிவாள் மணையையும் துணிமூட்டையையும் இருபக்க மும் வைத்து இரு கைகளாலும் செல்லமாக அணைத்தபடி திண்ணையில் அமர்ந்தாள்.

ஜங்ஷனில் நிற்பவர்களின் முதல் பார்வையில் தட்டுப்படும் படி வீற்றிருந்தாள் பாட்டி.

நுங்கு மாதிரி உருண்டை முகம். வளைந்த மேட்டு நெற்றி கண்களைப் பாதாளத்தில் தள்ளிவிட்டது. குடமிளகாய் மூக்கு. மூக்கிற்கு இரு புறமும் ஆழமான கோடுகள் தோன்றும் படி உப்பிய கன்னங்கள். காதோரங்களில் பூனை மயிர். கறுத்த உதடுகள். வெள்ளி விளிம்பு கட்டிய சிறிய மூக்குக் கண்ணாடி. காதில் மாட்டக் கம்பி இல்லாததால் நூலைக் கட்டித் தலை வழியே சுற்றிக் கொண்டிருந்தாள். குளுகுளுவென்று ஊளைச்சதை கைகளிலும் வயிற்றிலும் மடிப்பு மடிப்பாய்த் தொங்கிற்று.

இளம் வெயில் நிழலை விரட்டிக்கொண்டிருந்தது.

ஒவ்வொரு பஸ் புறப்படுகிறபொழுதும் வயிற்றைக் கலக்கிற்று. பாட்டிக்குத் தன்னை ஏற்றிக்கொள்ளாமலே பஸ் போய் விடுமோ வென்ற பீதி. ‘கிழடு கிடக்கட்டும்’ என்று விட்டுவிட்டு போய்விடுவார்களாம். ஒருவருக்குத் தெரியாமல் ஒருவர் மாற்றி ஒருவரை விசாரித்துக் கொண்டிருந்தாள் பாட்டி.

சட்டென்று பக்கவாட்டில் திரும்பியபொழுதுதான் கவனித்தாள். ஒரு துரைச்சானி ‘டிப்டாப்’பாக நின்றுகொண் டிருந்தாள். அட!

பாட்டி பார்த்துக்கொண்டிருக்கும் பொழுதே மூக்குக் கண்ணாடியைச் சட்டென்று எடுத்துக் கண்களுக்கு நேராக

வைத்து வானவெளியைப் பார்த்தாள். கணப்பொழுதில் கண்ணாடிகளின் முன்னும் பின்னும் நக்கினாள். கைக்குட்டையை உருவித் துடைக்க ஆரம்பித்தாள்.

பாட்டிக்கு வயிற்றைக் குமட்டிக்கொண்டு வந்தது. அட ஜென்மமே! அருவருப்பில் முகம் நெளிந்து கோணிற்று. சீ, தரித்திரம்!

திரும்பவும் துரைச்சானி முகத்தை ஏறிட்டுப் பார்த்தாள். அழகான முகம். சிவப்பு என்றால் வெளுப்பல்ல. சிவப்பு. சுருள் சுருளாக மயிர். அடர்த்தியும் அப்படி; விரலை விட முடியாது. தலைமயிரின் வனப்பைக் கண்டதும் ஆசையாக இருந்தது பாட்டிக்கு. தாழம்பூ வைத்துப் பின்னிவிட வேண்டும் போலிருந்தது. கழுதை! குதிரைவால் மாதிரி வெட்டிவிட்டுக் கொண்டிருக்கிறதே. எப்படித்தான் மனசு வருமோ!

உம். காலம் தலைகீழாய்ப் போய்விட்டது.

காலையில் ஆறு மணிக்கு மஞ்சள் பூசிக் குளித்துவிட்டு, கொண்டையில் ஈரத்துண்டு சுற்றியபடி எச்சுமி, துளசிமாடத்தில் மண்டியிட்டு உட்கார்ந்திருப்பதைப் பார்த்தால் கை தானாகக் குவிந்து விடுமே! வைத்த கண்ணை வாங்கமுடியாது. பெற்ற குழந்தையைத் தாயே திருஷ்டி போடுவதா என்று மனதைக் கலைத்துக் கொள்வாள் பாட்டி.

வருந்தி வருந்தி அழைத்தாள். கடிதத்திற்கு மேல் கடிதம் எழுதினாள். சரி, போய்ப் பார்த்துவிட்டுத்தான் வரலாமே என்று துணை வாய்த்த சமயம் டில்லிக்குக் கிளம்பினாள் பாட்டி. போதும், பார்த்த அழகு.

ஸ்டேஷனுக்கு மாப்பிள்ளையும் குழந்தைகளும் வந்திருந்தார்கள். மாப்பிள்ளை உதட்டில் சிகரெட் தொங்க இடது கையைத் தூக்கி வரவேற்றான் மாமியாரை. பதினாலு வயதான லில்லி, ஒரு கவுனைப் போட்டுக்கொண்டு, கழுத்தில் மப்ளரைச் சுற்றிக்கொண்டு பாட்டியைப் பார்த்துப் பல்லைக் காட்டிற்று.

ஆசையோடுதான் டில்லிக்குச் சென்றாள் பாட்டி. மாப்பிள்ளை ரயில்வே ஸ்டேஷன் 'கான்டீன்' மானேஜர். காசிக்கு வேறு அழைத்துச் செல்வதாகச் சொல்லியிருந்தான். சல்லிக் காசு செலவில்லை. தரிசனத்திற்குக் கொடுத்து வைத்திருக்க வேண்டும். லேசாகக் கிட்டக் கூடியதா?

இருந்தும் இரண்டு வாரத்தில் புறப்பட்டுவிட்டாள் பாட்டி.

"காசிக்கும் போக வேண்டாம், கருமமும் தீர வேண்டாம். நல்ல துணையாய்ப் பாத்து என்னை ஊருக்கு அனுப்பிச்சுடு."

"என்ன, டில்லி ஸிட்டி லைஃப் பிடிக்கலையோ?" என்று கேட்டான் மாப்பிள்ளை.

பிடிக்கவில்லைதான். பிடிக்கவில்லை என்று முகத்தில் அறைந்தாற்போல் சொல்ல முடியுமோ? டில்லி பிடிக்க வில்லையோ? கேள்வியைப் பார். டில்லி என்ன செய்யும்? பட்டை பட்டையாய் விபூதியிட்டுக்கொண்டு பஞ்சகச்சமும் கட்டிக்கொண்டு நிற்குமா? மனுஷாள் விதரணை கெட்டுப் போய்விட்டால் ஊர் என்ன செய்யும்?

யாரைக் குறை சொல்ல? பெற்றதில் குற்றமில்லை, வளர்த்ததில் குற்றமில்லை. ஆசார சீலங்கள் சொல்லித் தராத குற்றமில்லை. அதிகாலையில் எழுந்திருந்து அகத்துக்காரியம் பூராவும் ஓடியாடிப் பார்த்துக்கொண்டிருந்தவள்தானே? இப்பொழுது பெண்களும் புருஷாளும் ஏகமாகக் கூடத்தில் படுத்துக்கொண்டு 'ஆ ஊ' என்று கொட்டாவி விட்டுப் புரண்டு புரண்டு எழுந்திருப்பதற்கு மணி எட்டாகிறதே! படுக்கை சுருட்டி வைக்கிற வழக்கமே மறந்துபோய் விட்டது. எழுந்ததும் சின்னதிலிருந்து பெரிசுவரை நேராக அடுக்களைக்கு வந்துதான் கண்ணைத் திறக்கிறார்கள். சூடா காபி, ஸ்ட்ராங் காப்பி . . . சூடா காப்பி, ஸ்ட்ராங் காப்பி . . . பல்லும் தேய்க்கவேண்டாம் கில்லும் தேய்க்க வேண்டாம். பயித்தியமா அவர்களுக்கு பல் தேய்க்க?

"டேய், உன்னிடம் எத்தனை தடவை சொல்லியாச்சு நகத்தைக் கடிக்காதேன்னு?"

"ஷட் அப்!"

உழக்குமாதிரி ஒரு பிள்ளை. பெயர் ரோமியோ. அது பேசுகிற பேச்சு இது. ஒன்று சொன்னால் உடனே 'ஷட் அப்!' ஷட் அப்போ கிட் அப்போ!

"அடியே லில்லி, இந்தத் தாவணியைப் போட்டுக் கொண்டு வெளியே போடி. அடியே, உனக்கு இந்த ஆவணிக்குப் பதினாலு வயசு ஓடியாச்சு."

"போ பாட்டி, உனக்கு ஒண்ணும் தெரியாது. இங்கு எல்லாரும் சிரிப்பா. அம்மாமி வந்துட்டான்னு கேலி பண்ணுவா."

ஆமாம், சிரிக்கமாட்டார்களா பின்னே? மிராட்டிச்சி மாதிரித் திரிந்தால்தான் ஜாதியிலே சேர்த்தி. சமத்துக் குடம்!

குழந்தைகளைப் போய்ச் சொல்வானேன்! தாய் எட்டடி பாய்ந்தால் குட்டி பதினாறு அடி பாயும்.

எச்சுமி போட்டுக் கொள்கிற ஐம்பரும் புடவையும் பார்க்கச் சகிக்காது. சீச்சீ!

ஒருநாள் விடியக் கருக்கில் வாசல் திண்ணையில் உட்கார்ந்து கொண்டிருந்தாள் பாட்டி.

சாமான்காரன் ஒருவன் திண்ணையில் கூடையை இறக்கினான்.

"என்னதுடாப்பா?"

விளங்காத பாஷையில் ஏதோ சொன்னான் அவன். பாட்டி கையை விரித்தாள். கூடைக்காரன் துணியை விலக்கிக் காட்டினான்.

கோழி முட்டை!

அப்படியே கண்ணைப் பொத்திக்கொண்டு உள்ளே வந்துவிட்டாள் பாட்டி. பின்னால் ஒருநாள் பெண் ஜாடைமாடையாகச் சொன்னாள். அவருக்கு அது தான் காலை ஆகாரமாம். அது இல்லாமல் முடியாதாம். குளிருக்கு அதுதான் ஏற்றதாம்.

ஆமாம். அம்பாசமுத்திரம் விஸ்வநாத கனபாடிகளின் சீமந்த புத்திரனுக்கு கோழிமுட்டை இல்லாமல் தீராதுதான். ஐயோ உலகமே!

ஒன்றும் சொல்ல வேண்டாம். நாமே நம்முடைய குழந்தைகளை இளப்பமாக நினைக்கக்கூடாது. குறைவாகப் பேசக்கூடாது. இருந்தாலும் இப்படிக் கண்டதுமில்லை, கேட்டதுமில்லை.

புகை நாற்றம் மூக்கைத் துளைத்தது. திரும்பிப் பார்த்தாள். துரைச்சானி புகை உறிஞ்சிவிட்டுக் கொண்டிருந்தாள். இதுவேறா இந்த லட்சணத்திற்கு!

இருந்தாலும் இத்தனை ஆண் பிள்ளைகளுக்கு மத்தியில் நட்ட நடுவில் நின்று கொண்டு பீடி குடிக்கக் குறைவாக இராதோ ஒரு பெண்ணுக்கு! எந்தத் தேசத்து வழக்கமோ?

சிறிது நேரத்திற்குப்பின்தான் பாட்டி துரைச்சானி பக்கம் திரும்பினாள். பக்கவாட்டில் எதிர்ப்புறம் நோக்கி கொண்டிருந்தவள் இப்போது பாட்டியை நோக்கி நின்று கொண்டிருந்தாள். அப்பொழுது தான் பாட்டி கவனித்தாள். துரைச்சானிக்கு நிறை மாதம்.

ஐயோ பாவம்!

எதற்கு இந்தச் சமயம் பார்த்துப் பயணம் போகிறாள்? என்ன அவசரமோ? அவசரமாகத்தான் இருக்கட்டுமே! இந்த மாதிரி வேளையில் புறப்படுவாளோ ஒருத்தி? சிறிசு. இதுக்குத் தெரியாது; இதுபாட்டுக்குப் புறப்பட்டு வந்திருக்கிறது. பெரியவர்கள் இருந்தால் படிதாண்ட விடமாட்டார்கள். அவளும் என்னைப் போல ஒரு அனாதை போலிருக்கிறது.

கிளம்பினாளே, கூட வேண்டிய மனுஷாளை அழைத்துக் கொள்ளக்கூடாதோ? கட்டியவன் ஒருவன் இருக்கத்தானே இருக்கணும்? இல்லாவிட்டாலும் குழந்தைகள் இராதா? அக்கா, தங்கை, நாத்தனார், மாமியார் என்று யாராவது இருக்கத் தானே இருப்பார்கள்.

ஆயிரம் இருக்கட்டும், வேளை கெட்ட வேளையில் புறப்பட்டு வரக்கூடாது. ஒருநாள் மாதிரி ஒருநாள் இராது. உசிர் உலகத்தைப் பார்க்கணும் என்று புறப்பட்டுவிட்டால் யாரால் நிறுத்திவைக்க முடியும்? பஸ்ஸில் வைத்துத் தலையைக் காலை வலித்தால் சிரிப்பாய்ச் சிரித்துப் போகுமே. அடி அசடே!

உம், அவர்களுக்குத் தெரியாததா? நாலு எழுத்து வாசிக்கிற ஜாதிதானே. நமக்குத்தான் மனசு அடித்துக்கொள்கிறது.

மீண்டும் துரைச்சானியைக் கூர்ந்து கவனித்தாள் பாட்டி.

அவள் நின்றுகொண்டிருந்த இடத்தில் வெயிலேறி விட்டது. வேர்வை கழுத்தில் விழுந்தது. முகம் மேலும் குங்குமம் போல் சிவந்தது. அடிக்கடி கைக்குட்டையால் முகத்தை ஒத்திய வண்ணமிருந்தாள்.

கால் மாற்றி நின்றாள் துரைச்சானி. முழங்காலில் பச்சை நரம்புகள் புடைத்துக் கொண்டிருப்பதைப் பார்த்தாள் பாட்டி.

பாட்டி தன்னையறியாமல் சூள் கொட்டினாள்.

கண்கொட்டாமல் துரைச்சானி முகத்தைப் பார்த்தாள் பாட்டி. ஒற்றை நாடி சரீரம். உடம்பில் ரத்தம் என்பதே இல்லை. இந்த மாதிரி கேஸுகளுக்குக் கொஞ்சம் சிரமப்படத் தான் செய்யும். சண்டி வலி ஜாதி இது. வயிறு கீழிறங்கித் தள்ளிவிட்டது. கழுத்து நரம்புகள் எழும்பி நின்றன. குரல்வளைக்குக்கீழ் பள்ளம்.

எப்படியும் இருந்துவிட்டுப் போகட்டும். நல்லபடியா ஒரு தோஷமும் இல்லாமல் இரண்டு பாத்திரம் ஆக்கிவிடு, பகவானே! தாயையும் குழந்தையையும் பிரிச்சு விட்டுவிடு – அது போதும். அப்புறம் மனுஷா பாடு.

என்ன நினைத்துக் கொண்டாளோ பாட்டி, ஓட்டுத் திண்ணையிலிருந்து சறுக்கிக் கீழே இறங்கினாள். அரிவாள் மணையையும் துணி மூட்டையையும் தூக்கிக் கீழே வைத்தாள்.

“அடியே!” என்று கூப்பிட்டாள் துரைச்சானியை.

துரைச்சானி வேறு யாரையோ கூப்பிடுகிறாள் என்ற பாவனையில் பாட்டியைப் பார்த்தாள்.

“அடியே, உன்னைத்தாண்டி! நானும் ஒரு நாழியாப் பாத்துண் டிருக்கேன். நட்டுவச்ச மரம் கணக்கா நிக்கிறியே! ஒரு ஜீவன் வயத்திலே தொங்கறது என்கிற நெனப்பில்லையோ? இதோப் பாரு! சமத்தா இப்படி உட்காரு” என்று திண்ணையைச் சுட்டிக் காட்டினாள்.

பாட்டி திண்ணையில் ஒட்டிகொண்டிருந்தாள். அவளை இடித்த படி உட்கார்ந்தாள் துரைச்சானி.

சரஸ்வதி, 1958

முதலும் முடிவும்

"வரமாட்டேன் போ! நீ இளு இளுன்னு இளுத்தாலும் வரமாட்டேன்!" அழகு தொண்டைக் கிழிய கத்தினாள். தாய் மரகதத்திற்குக் கோபம் வந்தது. அடக்கிக் கொண்டாள்.

"ஏட்டி, முரண்டு பண்ணாதே. போயிட்டு நாளைக்கு வரலா மின்னா. இருட்டிடிச்சு பாரு. அப்பா வந்தா கோவிச்சுப்பாரு."

"நான் வரமாட்டேன் போ. என்னை இளுக்காதே. எனக்கு நம்ம வீடு புடிக்கலே; இந்த வீடுதான் புடிச்சது."

மரகதத்திற்குச் சிரிப்பு வந்தது.

"ஏட்டி, நம்ம வீட்டுக்கு என்ன குத்தமாம்?"

"வீட்டத்தான் பாரு வீட்டெ. நல்லாவேல்ல. இது எவ்வளவு பெரிசா இருக்கு! தரையெல்லாம் பாரு, வெண்ணக் கட்டியாட்டம். நம்ப வீட்டுலெ சாப்பிடச்சே சோத்திலெ மண்ணுல்லா விளுது!" அழுகையின் இடையே அபிநயத்துடன் சொன்னாள் அழகு.

பட்டுப் புடவைக்காரி நாயகியின்முன், தன் வீட்டை இப்படி வர்ணிப்பதில் குன்றிப்போனாள் மரகதம்.

"நான் ஒன்னெ விட்டுட்டுப் போயிடுவேன், ஆமா."

"போ போ! நான் இங்கியேருப்பேன்."

வாசலில் நாயகியின் கணவர் காரில் வருவதைப் பார்த்தாள் மரகதம்.

"அழுதேன்னா உரிச்சுப்போடுவாரு."

"எனக்கொண்ணும் பயமில்லெ அவரெ."

கையைப் பிடித்துப் பலமாக இழுத்தாள் மரகதம். இடுப்பில் தூக்கி வைத்துக்கொண்டாள். திமிறினாள் அழகு. வில்லாய் வளைந்து கீழே இறங்கினாள். சேலையில் தொங்கினாள். தரையில் விழுந்து புரண்டாள்.

"யெ... ம்... மோவ், நான் வரல்லெ."

மரகதத்திற்குக் கோபம் தலைக்கேறிவிட்டது. படபட வென்று குழந்தையின் முதுகில் அறைந்தாள். நாயகி தடுத்தாள். ஒன்றிரண்டு அடி அவள் கையிலும் விழுந்தது. அதைப்பற்றிக் கவலையில்லை மரகதத்திற்கு. குழந்தைகூடச் சொல்லும்படி தன் வீட்டின் முன்னால் 'கொட்டார'த்தை எழுப்பிக்கொண்ட நாயகியின்மேல் அவளுக்கு உள்ளூரக் கோபம்தான்.

மரகதம் குழந்தையை இழுத்துக்கொண்டு வீடு போய்ச் சேர்ந்தாள். குழந்தை வீட்டை அடைந்த பின்பும் அதன் அழுகை மட்டும் நாயகிக்குத் தெளிவாகக் கேட்டுக்கொண் டிருந்தது.

நாயகியின் கணவர் ஆறுமுகம் பிள்ளை புதுப் பணக்காரர். ஏழையை ஆண்டியாக்கிய யுத்தம் ஆறுமுகம் பிள்ளையைப் பணக்காரராக்கி விட்டது. அவருக்கே தெரியாது அவரிடம் பணம் எப்படிக் குவிந்தது என்று.

செய்து கொண்டிருந்த வியாபாரத்தில் தான் முதன்முதலில் கேட்ட 'பிளாக் மார்க்கெட்' என்ற வார்த்தையின் பொருளைச் செயல் முறையில் பார்த்ததென்னவோ உண்மைதான். இருந்தாலும், 'அது' இவ்வளவு சக்தி வாய்ந்தது என்று அவரால் நம்பமுடிய வில்லை – இன்று கூட.

புதுப் பணக்காரர்களின் வாழ்க்கையே தனியாக இருக்கும். செய்யும் எந்தக் காரியத்திலும் ஒரு எடுப்பு. எதிலும் ஒரு அலட்சியம். காரில் போவது ஒரு தனி தினுசு.

அதிலும் காரில் போகும்பொழுது நண்பர்கள் வெயிலில் குடை கூட இல்லாமல் எதிரே வந்துவிட்டால் ஒரே குஷி – ஒரு திருப்தி.

இவர்தான் காரில் வருகிறார் என்று தெரிந்து கொண்டு நண்பர் வேறு பக்கம் முகத்தைத் திருப்பிக்கொள்வதும், கார்

கண்ணெதிரே வந்தவுடன் ஆவலின் மேலீட்டால் காரினுள் பார்த்துவிடுவதும், அதே தருணத்தை எதிர்நோக்கியிருக்கும் 'புதுப் பணம்' தங்கப் பல்லைக் காட்டி ஒரு பெரிய கும்பிடு போடுவதும், கார் மறைந்தவுடன் நண்பர், "நேத்துக் கணவனும் மனைவியும் மொட்டை வண்டியில் திருவிழாவுக்குப் போனது ஞாபகமிருக்கோ?" என்று கூடவருபவரிடம் கேட்டுவிட்டுத் தன்னையே ஏமாற்றிக்கொள்ளும் ஒரு சிரிப்புச் சிரிப்பதும் சாதாரணமாக நடைபெறும் விஷயங்கள்.

திடீரென்று ஒரு ஆசை பிறந்துவிட்டது ஆறுமுகம் பிள்ளைக்கு. 'ஜோக்கா' ஒரு பங்களாக் கட்ட வேண்டுமென்று.

பிள்ளை சென்னை சென்றிருந்தார். வியாபார விஷயமாகத் துரையைப் பார்க்க வேண்டியிருந்தது.

நல்லமிளகை உள்நாட்டில் வாங்கி வெளிநாட்டிற்கு அனுப்பும் வியாபாரம் பிள்ளைக்கு – தற்சமயம். நம்நாட்டில் பிறக்கும் நல்ல மிளகு, நம் நாட்டு மக்களைவிட அமெரிக்காவி லிருக்கும் வெள்ளையனுக்குப் பிடிக்கும் பொருளாக அமைந்து விட்டது பிள்ளையின் அதிர்ஷ்டம். அமெரிக்கன் யந்திரத்தி னால் நல்லமிளகு செய்யும்வரை பிள்ளைக்கு யோகம்தான்!

வியாபாரத்திற்காகச் சென்னையிலிருக்கும் ஒரு பிரபல ஆங்கிலக் கம்பெனியுடன் தொடர்பு வைத்துக்கொண் டிருந்தார் பிள்ளை. பிள்ளையைத் துரை கூப்பிட்டுவிட்டார். கடவுள் கூப்பிட்டதுபோல் ஓடினார் சென்னையை நோக்கி. உள்ளூர் பி.ஏ.யும் கூட உண்டு – தமிழாக்க வேலைக்கு.

துரை, பிள்ளைக்குத் தான் புதிதாகக் கட்டிமுடித்திருந்த பங்களாவில் 'கார்டன் பார்ட்டி' ஒன்று வைத்திருந்தார். 'பார்ட்டி' முடிந்ததும் புதிய வீட்டைச் சுற்றிக் காண்பித்தார் துரை. மலைத்துப்போனார் பிள்ளை.

நாற்காலியில் உட்கார்ந்துகொண்டு மாடிக்குப் போகும் விதமும், சுவரில் அலமாரிகள் முளைப்பதும், ஸ்விட்சைத் தட்டினால் குளிர் வருவதும் பிள்ளைக்கு ஆச்சரியத்தை உண்டுபண்ணின. உடனே மனதில் ஒரு சங்கல்பம் செய்து கொண்டார் – ஏறக்குறைய இதைப் போல் ஒரு வீடு கட்டி விடுவதென்று. துரைக்கும் துரைச்சானிக்கும் கையைக் கொடுத்து விட்டுக் காரில் ஏறிக்கொண்டது முதல் அதே சிந்தனை.

காறை இடிந்து, பொங்கலுக்கு வரிக்குதிரையாகி, சித்தோசி யின் 'ஸிக்னேச்சர்' தாங்கி, வணங்காதவன் தனூலையைப் பதம்பார்க்கும் நிலைகளும், பகலை இரவாக்கும் அறைகளும், அறைக்கு ஒரு தூணும் கொண்ட தன் ஊர் வீடுகளைத்

அக்கரைச் சீமையில் ◆ 37 ◆

துரையின் பங்களாவுடன் ஒப்பிட்டு ஏளனச் சிரிப்புச் சிரித்தார் பிள்ளை.

ஊருக்கு வந்த பின்பும் ஒரே பேத்தல் இதுதான். துரையின் பங்களாவின் ஒவ்வொரு அம்சத்தையும் வர்ணிப்பார். “அந்தப் பயகளெ குத்தம் மட்டும் சொல்லத் தெரியும். அடி அம்மா! வீடாவா கட்டியிருக்கான் பொட்டி மவன்! அதிருக்கட்டும், அண்ணைக்கு ‘புஸ்கோத்து’ ஒண்ணு வச்சிருந்தானே ‘காட்டன் பாட்டி’க்கு இங்கிலாந்திலெ செய்தது . . .”

பக்கத்திலிருந்த பி.ஏ. குறுக்கிட்டான்.

“சேச்செ. அது சக்கரவள்ளிக் கிழங்கிலெ உசிலம்பட்டிலெ செய்யறது மாமா.”

பிள்ளைக்குக் கோபம் வந்துவிட்டது.

“போலெ. அவ்வளவும் தெரியும். செய்யறான் உசிலம்பட்டிலெ சேவநாழி. சும்மா கதைக்காதே.” ஒரு அதட்டல் போட்டார் பிள்ளை.

பங்களாவை ஆறே மாதத்தில் கட்டி முடித்துவிட்டார் பிள்ளை. வீடு ‘அப்படி இருக்கு, இப்படி இருக்கு’ என்று ஊரெல்லாம் பேச்சு. கார் மாடிக்குப் போவதைத் தான் கண்ணால் பார்த்ததாகக் கூடைக்காரி ஒருத்தி மரகதத்திடம் வந்து சொன்னாள்.

மரகதமும் நாயகியும் பால்ய தோழிகள். ஒன்று அரை மரகதத்திடம் கடன் வாங்கும் நிலைதான் நாயகிக்கு அன்று.

குழந்தை அழகுடன் புது வீட்டைப் பார்க்கச் சென்றாள் மரகதம். பழைய சிநேகத்தை முற்றும் மறந்து விடாமல் வீட்டைச் சுற்றிக் காண்பித்தாள் நாயகி. அழகு வெண்ணக் கட்டித் தூண்களைத் தொட்டுப் பார்த்த வண்ணமிருந்தாள். மரகதம் விளையாட்டாகச் சொன்னாள்.

“அக்கா, ஒருவிதத்திலெ நான்தான் இதுக்கெல்லாம் சொந்தக்காரியா இருந்திருக்கணம் தெரியுமா?”

“எப்படி?”

“மொதல்ல அவரு என்னத்தான் ‘பாக்க’ வந்தாரு. நான் கருப்பாருக்கேண்ணு வேண்டான்னுட்டாரு. அப்புறம்தான் இந்தத் துரைச்சானியைக் கெட்டிக்கிட்டதும் இப்பம் போடு போடுண்ணு போடுறதும்.” விரலை நாயகியை நோக்கிச் சுட்டிக் காட்டிச் சிரித்தாள் மரகதம். நாயகி பதில் பேசவில்லை. என்னவோ போலிருந்தது அவளுக்கு.

மரகதம் நாயகியிடம் விடைபெற்றுக்கொண்டு புறப் பட்டாள். அதைத் தொடர்ந்துதான் அழகு பங்களாவை விட்டு வர மறுத்து அடம் பிடித்ததும், தாய் மகளுக்கு 'பூசை' கொடுத்து இழுத்துச் சென்றதும்.

அடுத்த நாள் மாலை தாய்க்குத் தெரியாமல் பங்களா வீட்டை அடைந்தாள் அழகு. வாசல் திண்ணையில் நாயகி உட்கார்ந்து கொண்டிருந்தாள். அழகுடன் கொஞ்சினாள். நேற்று அழுத காரணத்தை மீண்டும் கேட்டாள். அவள் வாயால் சொல்லிக் கேட்பதில் ஒரு சந்தோஷம். திரும்பவும் முன் சொன்னதையே சொன்னாள் அழகு.

"அப்பம் இண்ணைக்கும் போகமாட்டே?"

அழகு பலமாக மண்டையாட்டினாள்.

"போவே மாட்டே?"

"ஊஹூம்."

"உங்கம்மா வந்து கூப்பிட்டாலும்?"

"போமாட்டேன்."

திடீரென்று புருவத்தை நெளித்துக் கண்ணைச் சுழற்றி விட்டுக் கேட்டாள் அழகு:

"நான் இங்கேயே இருக்கலாமோ?" – சந்தேகம் வந்துவிட்டது அவளுக்கு.

"தாராளமா இருக்கலாம்."

அழகுவை இழுத்து அணைத்துக் கொண்டாள் நாயகி. அழகுவுக்குச் சொல்லமுடியாத சந்தோஷம்.

நாயகியின் மகன் ராசா பள்ளி விட்டு வீட்டினுள் நுழைந்தான்.

"ராசா வந்தாச்சு" என்றாள் அழகு. இருவரும் விளையாடலாமென்பது பொருள்.

நாயகி, "இங்கெயே இருக்கணுமிங்கியே, நான் ஒண்ணு சொல்வேன். செய்வியா?" என்றாள்.

"ஓ, செய்வேனே!"

"எங்க வீட்டு ராசாவெக் கெட்டிக்கிடு, இங்கெயே இருக்கலாம்."

அழகு புரியாததுபோல் விழித்தாள்.

“கல்யாணம்டீ! ராசாவெக் கல்யாணம் பண்ணிக்கிட்டா இங்கியே இருக்கலாங்கறேன். தெரிஞ்சுதா?... என்னடா ராசா, ஒனக்குச் சம்மதம்தானா?”

ராசா உள்ளே ஓடிவிட்டான். கல்யாணமென்றால் என்னவென்று தெரியாவிட்டாலும் அது ஒரு வெட்கப்பட வேண்டிய விஷயமென்பது மட்டும் அவனுக்குத் தெரிந்திருந்தது.

அழகுவுக்கு இது பெரிய ஏமாற்றம். நாயகி சொன்ன வார்த்தைகள் அவள் பிஞ்சு மனதில் வேரூன்றிவிட்டது. எனவே எப்படியாவது ராசாவைச் சம்மதிக்க வைத்து விடுவது என்று கங்கணம் கட்டிக் கொண்டாள்.

காப்பி குடித்துவிட்டு கொல்லையில் பந்தைக் கீழே தட்டி விளையாடிக் கொண்டிருந்தான் ராசா. மெதுவாக அங்கு சென்றாள் அழகு.

“ராசா, என்னைக் கல்யாணம் பண்ணிக்கடா. ஒன்னெக் கல்யாணம் பண்ணிக்கிட்டா நான் இந்த வீட்டிலேயே இருக்கலாமாம், அத்தெ சொல்லுதா.”

“போட்டி இங்கிருந்து, உளறாதே.”

அழகுவுக்கு கண்ணில் நீர் வந்துவிட்டது. தன் ஆசை ஏமாற்றத்தில் முடிந்து விடுமோ?

“ராசா, கல்யாணம் பண்ணிக்கமாட்டியா? இதோ பாரு, எனக்கு இங்கெயே இருக்கணும்ன்னு ஆசையா இருக்குடா. செய்வயா, சொல்லுடா... சொல்லு” என்று அவன் சட்டையைப் பற்றிக்கொண்டாள் அழகு.

‘ஹுஃப்’ ஒரு கிழட்டுச் சிரிப்பு பின்னாலிருந்து வந்தது. வேலைக்காரி தாயி நின்றுகொண்டிருந்தாள்.

“ஏ கள்ளி, நீ எங்க வீட்டுப் பிள்ளெய வளச்சுப்போடுவே போலிருக்கே!” – வாயைக் காட்டிச் சிரித்தாள் தாயி.

ராசாவுக்கு வெட்கம் அரித்தது. இதற்கிடையில் அழகு தாயிடம் சிபாரிசுக்கு வந்துவிட்டாள், ராசாவிடம் தன்னைக் கட்டிக்கச் சொல்லவேண்டுமென்று. ராசா ஓடி மறைந்தான்.

அழகு பதினைந்து வயதுப் பெண் இன்று. கிராமிய அழகு அவளிடம் வீசிற்று. இப்பொழுதெல்லாம் பங்களா வீட்டின்

மோகமும், அதைத் தொடர்ந்து மற்ற விஷயங்களும் ஞாபகம் வந்துவிட்டால் அவளறியாமலே உரக்கச் சிரித்துவிடுவாள்.

அன்று அவள் ஆசை பங்களாவின் மேலிருந்தது. ராசாவைக் கட்டிக்கொண்டால் அது சாத்தியமாகிவிடுமென்று எண்ணினாள். இன்று பங்களாவின் மேலிருந்த ஆசை குறைந்து ராசாவை மணந்து கொள்ள வேண்டுமென்ற ஆசைதான் தலைதூக்கி நின்றது.

ஆனால் ராசாவுடன் தன் அழகை ஒப்பிட்டுப் பார்க்கும் பொழுது அவள் மனது சஞ்சலப்படும். அடிக்கடி கண்ணாடியில் தன் முகத்தைப் பார்த்துக்கொள்வாள். எல்லாக் கண்ணாடி களும் சேர்ந்து கொண்டு அவள் நிறத்தைக் கறுப்பாகவே காட்டின. கறுப்பென்றால் அப்படி இப்படியென்று இல்லை. தொட்டுப் பொட்டு இட்டுக் கொள்ளலாம்.

இப்பொழுதெல்லாம் அவள் பங்களா வீட்டுக்குச் செல்வதென்றால் அது ராசாவைப் பார்க்கத்தான். அதற்கு ஏதாவது ஒரு நொண்டிச்சாக்கைச் சொல்லிக் கொள்வாள். ஏதாவது ஒரு சாமானை எடுத்துக்கொண்டு ராசா வீடு சென்று, வரும்பொழுது வேண்டுமென்றே அதை வைத்துவிட்டு வந்து, அடுத்த நாள் மறந்து வைத்து விட்டதை எடுக்கச் சென்று, வரும்பொழுது ஒரு புத்தகம் வாங்கி வந்து, அதைக் கொடுக்க அடுத்த நாள் சென்று . . . இப்படி இப்படி.

அன்று எதிர்பாராமல் அந்தச் சந்திப்பு நேர்ந்தது – தனிமையில். வீட்டில் வேறு யாருமில்லை, ராசாவைத் தவிர.

ராசா அவள் பக்கத்தில் வந்து நின்றான். அவள் முகத்தை அள்ளிப் பருகுவதுபோல் பார்த்தான். அழகுக்கு நெஞ்சு படபடத்தது. ராசா இன்னும் கொஞ்சம் நெருங்கினான். அழகு அசையவில்லை – முடியவில்லை. அவள் தோள்மேல் கை வைத்தான் ராசா. எதிரே இருந்த பெரிய நிலைக்கண்ணாடி யைப் பார்த்தாள் அழகு. அதில் அவர்கள் இருவரும் தெரிந்தார்கள் – பௌர்ணமியும் அமாவாசையும் ஒரே நாள் ஏற்பட்டது போல்.

ஒரு சந்தர்ப்பத்தில் காதலர்கள் துணிந்து சந்தித்துக் கொண்டுவிட்டால் பின்னால் அவர்களுக்குத் தைரியம் வந்துவிடும் போலிருக்கிறது. ராசாவும் அழகுவும் இப்படித் தான் அடிக்கடி சந்தித்துக் கொண்டார்கள்.

ராசாவுக்குக் காதலைப்பற்றித் தெரிந்துகொள்ளும் வயது ஒன்றும் அப்படி ஆகிவிடவில்லை. பிஞ்சு வயதில் ஊறும்

ஒரு இனம் தெரியாத ஆசைதான் அவனுக்கு ஏற்பட்டது அழகுவின் மேல். அதனால்தான் அழகு கூட அவன் கண்களுக்கு அழகாகப் பட்டாள்.

எப்பொழுதாவது தான் கறுப்பாக இருப்பதை அழகு குறிப்பிட்டாலும், "கஸ்தூரிகூட கறுப்புத் தானே, அழகு? எனக்குக் குணம்தான் பெரிசு" என்று ஏதோ நாவலில் படித்ததை ஒப்புவிப்பான் அவளிடம்.

ராசாவுக்கு உள்ளூரில் படிப்பு முடிந்துவிட்டது. மகன் வெளியூர் சென்று படிக்க வேண்டுமென்ற ஆசை ஆறுமுகம் பிள்ளைக்கு. தாய்க்கு விருப்பமில்லை. இருந்தாலும் ராசா பட்டணம் செல்வது என்று தீர்மானமாகி விட்டது.

ராசா புறப்படுவதற்கு முந்தின நாள் இரவு ஒன்பது மணி. அழகுவும் ராசாவும் அழகுவின் வீட்டுக் கொல்லையில் சந்தித்துக்கொண்டார்கள் – பேசி வைத்திருந்தபடி. ராசா படபடவென்று ஏதேதோ பேசினான். தான் படித்து முடித்து டாக்டராக வந்து அழகுவைக் கட்டிக்கொள்வதாகச் சொன்னான். "நாலு வருஷம் எப்படியும் பொறுத்துக்கொள் அழகு. நான் வந்து யாரு என்ன சொன்னாலும் சரி..." வார்த்தையை முடிக்கவில்லை. உணர்ச்சி மேலிட்டு விட்டது. அவளை இழுத்து அணைத்துக் கொண்டான். இருளோடு இருளாய் இருவரும் ஒன்றினர்.

அழகு கண்ணீர் வடித்தாள். இருந்தாலும் சிரித்து விடை கொடுத்தாள்.

நான்கு வருடங்கள் சென்றன. ஒருநாள் ராசாவிடமிருந்து ஆறுமுகம் பிள்ளைக்கு ஒரு கடிதம் வந்தது. கடிதத்தைப் படித்துவிட்டு எகிறிக் குதித்தார் பிள்ளை. தான் வடநாட்டுப் பெண் ஒருத்தியைக் காதலிப்பதாகவும், இன்னும் ஒரு வாரத்தில் பம்பாய் சென்று பதிவு மணம் செய்துகொள்ளப் போவதாக வும் எழுதியிருந்தான். நாயகி, பிள்ளை இறந்துவிட்டதுபோல் அழுதாள். உடனே ஊர் புறப்பட்டு வர வேண்டுமென்று தந்தியடித்தார் பிள்ளை. பதிலில்லை. ராசா வரவுமில்லை. பம்பாய்ப் பத்திரிகையில் அவன் கல்யாணப் போட்டோ வெளி வந்தது. போட்டோவை அழகுவும் பார்க்க நேர்ந்தது. அழுது பயனில்லை. கொடுத்து வைத்தது 'அவளுக்குத்' தான் என்று மனதைத் தேற்றிக்கொண்டாள். ராசாவினருகே நின்று கொண்டிருந்தவள், அவளைவிட எவ்வளவோ அழகுதான். ஒன்று மட்டும் அவளுக்குப் பிடிக்கவேயில்லை. ராசா அழகு

சுந்தரனாகப் பக்கத்தில் நிற்கும்பொழுதே தலையில் எதற்கு முட்டாக்கு ?

நாயகி துரும்பாக இளைத்துப்போனாள். மகனின் வருங்காலத்தைப் பற்றி எவ்வளவோ கோட்டைகள் கட்டி வைத்திருந்தாள். இந்த எதிர்பாராத சம்பவத்தால் அவள் மனம் முறிந்துவிட்டது. பொதுவாகவே பலவீனம். கூட இப்பொழுது ஒரு இருமல். படுத்த படுக்கை தான். திடீரென்று ஒருநாள் நாயகிக்கு அதிகமாகிவிட்டது. மேல்மூச்சு கீழ்மூச்சு வாங்கிற்று. பக்கத்தூருக்குக் கார் பறந்தது – டாக்டரை அழைத்து வர. நாயகி வீட்டில் ஊர் கூடிவிட்டது. அழகு பக்கத்தில் உட்கார்ந்து கொண்டிருந்தாள்.

டாக்டர் அரைமணி நேரம் சோதித்துவிட்டு பிரயோஜன மில்லையென்று கையை விரித்தார். தன் வருகை பிரயோஜனப் பட இரண்டு ஊசிகள் போட்டுவிட்டுப் போனார்.

கூடியிருந்தவர்கள் ஒப்பாரியை நினைவுபடுத்திக் கொள்ள வேண்டிய தருணம் வந்துவிட்டது. சிறிது நேரத்தில் நாயகியின் ஆவி பிரிந்தது. எல்லோரும் அழுதார்கள். நாயகியின் ‘சண்டைக்காரிகள்’ கூடத் தங்கள் சொந்தத்தில் இறந்தவர் களை நினைத்துக் கொண்டாவது அழுது தீர்த்தார்கள். நாயகியின் பிரிவில் உண்மையான துயரம் அடைந்த ஒரு ஆத்மா அங்குண்டு. அவள்தான் அழகு.

பெரிய வீட்டில் தனியாக வாழ்க்கை நடத்துவது மரண வேதனையாக இருந்தது பிள்ளைக்கு. இரண்டு வருடங்கள் பொறுத்துப் பார்த்தார். ரொம்பக் கடினமாயிருந்தது. வயது காலத்தில் படுக்கையில் விழுந்துவிட்டால் யார் ‘தண்ணி’ தருவது ?

கி.மு. தணிகாசலம் தன் நண்பரான பிள்ளையிடம் ஒரு அருமையான யோசனை சொன்னார். பிள்ளை முதலில் சிறிது தயங்கினாலும் கடைசியில் ஒப்புக்கொண்டார். அதன்படி கி.மு. மரகதத்துடன் பேசினார். மரகதத்துக்கு வேறு போக்கு ?

ஒரு நல்ல நாளில் அழகுவை ஆறுமுகம் பிள்ளை மனைவியாக ஏற்றுக்கொண்டார்.

மறுநாள் அந்திவேளை. அழகு பங்களாவின் திண்ணை யில் – நாயகி தன் மகன் ராசாவுக்கு அழகுவை முடிச்சுப் போட்ட அதே திண்ணையில் – உட்கார்ந்து சிந்தனையில் ஆழ்ந்திருந்தாள்.

வேலைக்காரி தாயி அங்கு வந்தாள்.

"இருந்தாலும் நீ பொல்லாதவதான். அண்ணைக்கு இந்த வீட்டிலெ தான் இருப்பேன்னு அடம் பிடிச்சே, அதையே சாதிச்சுப்புட்டியே" என்று சொல்லி அழகுவின் நெற்றியில் கை கொடுத்து உருவிவிட்டு விரலைச் சொடுக்கித் திருஷ்டி கழித்தாள்.

அழகுவின் கண்களில் நீர் சுரந்தது.

"ஆனந்த பாஸ்பம்" என்றாள் தாயி.

புதுமைப்பித்தன் நினைவு மலர், 1951

பொறுக்கி வர்க்கம்

இதுதான் ஹோட்டல்.

அடேயப்பா, என்ன கூட்டம்! சர்வர் மிஷின்கள் பம்பரக் காய்கள் மாதிரி சுழலுகின்றன. அன்றைய வேலையால் சக்கையாகி உமிழ்ந்து விட்ட மாஜி மனித ஆத்மாக்கள் வம்பளந்தவாறே சுயப்ரக்ஞையின்றித் தட்டைக் காலிசெய்கிறார்கள். பக்ஷணங்கள்தான் எத்தனை தினுசுகள்!

வெளியே . . .

ஓட்டல் எச்சில் தொட்டி. அதைச் சுற்றி இவர்கள் – இவை என்ன நமது சகவர்க்கமா? பிராணி வர்க்கத்தைச் சேர்ந்ததாக இருக்குமோ? சே, அவை கௌரவமாக வாழ்பவை!

நீங்கள் இவற்றைப் பார்த்திருக்கிறீர்களா. .? உங்களுக்கு எந்த ஊர்? நம்ம பக்கம்தானே? சரிதான். அப்பொழுது நீங்கள் இவர்களைப் பார்க்காத நாளே இருந்திருக்க முடியாதே!

ஓட்டலில் ஏதாவது தின்று தொலைக்கிறோமென்றால் இலையைத் தொட்டியில் போட வேண்டாமா? இங்கு அதற்குக் கூடச் சுதந்திரம் கிடையாது. தொட்டிக்குள்ளே இவர்கள். ஒன்று . . . இரண்டு . . . மூன்று . . . ஸ்திரவாசம் இங்கேயேதான். கண்களில்தான் என்ன ஆவல்! உங்களைப் பார்க்கவில்லை. உங்கள் கையை, கை இலையைப் பார்க்கிறார்கள். ஏதாவது மிச்சம் மீதி வைத்திருக்

கிறீர்களா? நீங்கள் தானே! நன்றாக வைத்தீர்களே! அதெல்லாம் பெரிய இடத்தில்.

தொந்தரவுதான். நன்றாக, ருசியாக, தேவாமிர்தமாக (இதெல்லாம் வயிற்று நிலையைப் பொறுத்தது) சுவைத்துக் கொண்டிருக்கிறபொழுது அதோ, அதோ தலையைத் தூக்கிப் பார்க்கிறார்கள். என்ன பார்வை அது! உங்கள் இலையி லிருப்பது அப்படியே அவன் வாய் வழியே கீழ் இறங்குவது மாதிரி தோன்றுகிறதல்லவா? முதல் பார்வையிலேயே ஆழமான வெறுப்புத்தானே ஏற்படுகிறது. இயற்கைதானே! ஒரு நாய்தான் பார்த்துக்கொண்டிருக்கிறதென்றால் இந்த அருவருப்பு உங்களுக்கு ஏற்படவே ஏற்படாது. அது மட்டுமல்ல; சில சமயங்களில் ஒரு கவளம் உருட்டி எறிந்தாலும் எறிந்து விடுவீர்கள். ஆனால் இங்கு அப்படியெல்லாம் ஒன்றும் தோன்றி விடாது. சகவர்க்கம்தான் என்பதற்கு இதைவிட வேறு என்ன ருசு வேண்டும்?

அவர்கள் பார்த்துக்கொண்டே நின்றுவிட்டுப் போகட்டும். நீங்கள் சாப்பிடுங்களேன். சும்மா சாப்பிடுங்கள். ஓட்டலில் எவ்வளவோ பேர் உங்களைப் பார்த்துக்கொண்டிருக்க வில்லையா? இதையெல்லாம் பார்த்தால் முடியுமா? அதுவும் நம் புண்ணிய தேசத்தில்! சாப்பிடுங்கள். என்ன, முடிய வில்லையா? ஒரேயடியாக மறந்தே விடுங்களேன். சாத்திய மில்லையா? ருசி குறைந்து கொண்டே போகிறதா? ஆமாம், வாஸ்தவம்தான். அந்தக் கண்கள் ... அந்த முகம் ... இவற்றை மறக்க முடியாது. அது அசட்டை செய்ய வேண்டிய, செய்யக் கூடிய பொருளல்ல.

கண் தெரியாத தோஷத்தாலோ, புத்தி சுவாதீனக் குறைவாலோ, ஒருவர் ஒரு முழு ரசவடையை இலையில் மடக்கிக் கொண்டு எச்சில் தொட்டியை நெருங்கி விட்டார். ஒரு நிமிஷம், 'லோ, லோ' என்ற கூப்பாடு. மறுநிமிஷம் வயிறு வளர்த்திருந்த துணிச்சலில் ஒருவன் வந்தவர் கையி லிருந்தே அதைத் தட்டிக் கொண்டு போய் விட்டான். பொறுக்கியின் கை அவரது எச்சில் கையில் பட்டுவிட்டது! மானம் மரியாதையோடு வாழ்பவர்களால் இதைத் தாங்க முடியுமா? தாங்கக் கூடியதா? அவர் ஓட்டல் கல்லாப்பெட்டி யில் இருந்த பையனிடம் சற்றுக் காரமாக விஷயத்தைச் சொல்லிவிட்டுப் போய்விட்டார். பையனுக்குக் கோபம் பொத்துக்கொண்டு வந்து விட்டது. அதிலும் கல்லூரி மாணவன். தமாஷுக்காகவும், சில்லறை தட்டுப்படுகிற சமயமும் அப்பாவுக்கு உதவி செய்ய ஓடோடி வருவான். ஓட்டலுக்குள்

நுழைந்துவிட்டால் ஒரே ரகளைதான். சர்வர்களுக்கு வரிசையாக நாமார்ச்சனை. மேஜை துடைக்கும் பையன்களின் தலை வீங்கிவிடும். பிறர் துன்பத்தில் இன்பம் காணக் கூடிய தன்மையை நன்றாக உரம்போட்டு வளர்த்திருந்தான் அந்தப் பையன்.

பையன் மெதுவாகக் கல்லாப்பெட்டியை விட்டிறங்கி அடுக்களையை அடைந்தான். நீளமான வால்கரண்டி இருந்தது. தூக்கிப் பார்த்தான். நல்ல கனமான கரண்டி. தனது இடது கையிலேயே அடித்துப்பார்த்தான். சதையைச் சுள்ளென்று பிடித்தது. அப்படியே கால் அரவமின்றிப் புழக்கடை வழியே வெளியே வந்தான்.

எச்சில் தொட்டியில் ஒரே ஒரு பொறுக்கி மட்டும் 'டிபன்' சாப்பிட்டுக் கொண்டிருந்தான். வயிற்றைத் தொட்டியின் விளிம்பில் அழுத்தி ஒடிந்து படுத்துக்கொண்டு தொட்டிக்குள் கிடக்கும் இலைகளை அளைந்து கொண்டிருந்தான். மண்ணில் கால் கட்டை விரல்களை மட்டும் அழுத்தமாக ஊன்றி யிருந்தான்.

முதலாளி மகனுக்கு இதைப் பார்த்ததும் இன்னும் தமாஷான ஒரு 'வேலை'யும் ஞானோதயமாயிற்று! மனத்துள் சிரித்துக் கொண்டான். வால்கரண்டியை முதுகில் மறைத்துக் கொண்டு பம்மிப் பம்மி முன்னேறினான். பக்கத்தில் நெருங் கினதும் சிறிது நேரம் அசைவின்றி நின்றான். பொறுக்கியோ சுயப்பிரக்ஞையின்றி போஜனம் பண்ணிக் கொண்டிருந்தான்.

முதலாளி மகன் லேசாகத் திரும்பிப் பார்த்தான். பின்னால் ஒருவரும் இல்லை. லேசாகக் குனிந்தான். அசிங்கத்தையும் பாராமல் அப்படியே பொறுக்கியின் இரண்டு கால்களையும் பிடித்து மேலே வாரிவிட்டான். 'தொப்'பென்று தொட்டிக்குள் தலை குத்தியிடிக்கும் சப்தம் கேட்டது. பையன் அலறி அடித்துக் கொண்டு எழுந்தான். விழுந்தது அடி!

பளீர்!

"ஐயோ!"

பையனுக்கு என்னவென்றே விளங்கவில்லை. எதிர் பார்க்காமல் தாக்கப்பட்டதில் பரபரப்பு; படபடப்பு. அதற்குள் மீண்டும் அடி விலா எலும்புகளில் விழுந்தது. பையன் கோரமாக மனமே விண்டு விடும்படி சப்தம் போட்டான்.

அவனால் தொட்டியிலிருந்து வெளியேறவும் முடிய வில்லை. சுவரில் காலைத் தூக்கி வைத்தால் காலில் அடி

விழுந்தது. மூன்றாவதாக ஒரு அசுர அடி முதுகில் விழுந்தது. பையனால் பொறுக்க முடியவில்லை. ராக்ஷஸ பலம் அவனுள்ளே வந்து புகுந்துகொண்டது போலிருந்தது. அப்படியே முதலாளி மகன்மேல் தாவி விழுந்தான். 'சின்ன' முதலாளி இந்தத் தாக்குதலைக் கொஞ்சமும் எதிர்பார்க்க வில்லை. அவனுக்கு நிலை தடுமாறிவிட்டது. பொறுக்கி அப்படியே தலையைத் திருகிப்போட்ட கோழியின் உடல்மாதிரி தரையில் கால் பாவாமல், ஓட்டலுக்கு வெளியே வீதி மண்ணில் வந்து விழுந்தான். முதலாளி மகனின் வெள்ளைச் சட்டையில் பொறுக்கியின் ஐந்து எச்சில் கைவிரல் அடையாளங்களும் பதிந்திருந்தன.

வீதியோரத்தில் நின்றுகொண்டு பரிதாபகரமாகப் பிலாக்கணம் தொடுத்துக் கொண்டிருந்தான் பொறுக்கி. கையிலும் விலாவிலும் முதுகிலும் வீறு வீறாய்த் தடித்திருந்தது. தலையில் நெற்றிக்கு மேலே வீங்கிப் பளபளத்திருந்தது. குய்யோ முறையோ என்று கூப்பாடு போட்டான். இடையிடையே நடந்த சம்பவத்தையும் அரைகுறையாகப் புரியாத அவனது சொந்தப் பாஷையில் வெளியிட்டான். அவன் முன் யாரும் இல்லை. அவன் சொல்வதைக் கேட்க அங்கு யாரும் இல்லை. ஒரு சமயம் அவன் நடந்த விஷயத்தை உலகத்துக்கே அறிவித்துக் கொண்டிருந்தானோ என்னவோ! உடம்பில் வீங்கியிருப்பதைப் பார்த்து இன்னும் பெரிதாக ஓலமிட்டான். சிறு பையன். நோஞ்சலான உடம்பு. அந்தப் பேயறையை அவனால் தாங்க முடியுமா? பொறுக்கி என்றாலும் குழந்தைதானே? அவன் மண்ணில் விழுந்து விழுந்து புரண்டான். தலைமயிரைப் பிடித்து இழுத்துக் கொண்டான். மண்ணை அள்ளி உடம்பெல்லாம் போட்டுக் கொண்டான்.

ரோட்டில் எவ்வளவோ பேர் போய்க் கொண்டிருந்தார்கள்; வந்துகொண்டிருந்தார்கள். நின்று விசாரிக்க அவர்களுக்கென்ன பைத்தியமா? வேறு வேலை கிடையாதா? மேலும் ரோட்டில் நின்று பொறுக்கியிடம் துக்கம் விசாரிப்பது கௌரவக் குறைவான காரியமல்லவா?

எதிர்ப்புறத்தில் அவிழ்த்துப் போட்டிருந்த வண்டிக்குள் ளிருந்து ஒரு கிழவன் இறங்கி ஆடி ஆடி வந்தான். பையனின் அருகில் வந்து நின்றுகொண்டான். பொறுக்கியின் நீர் மல்கிய கண்கள் கிழவன் நிற்பதைக் கவனித்துவிட்டன. இப்பொழுது பொறுக்கி, கிழவனின் இரக்கத்தை இன்னும் அதிகமாகக் கவர்வதற்காக உச்சஸ்தாயியில் கூப்பாடு போட்டான். அந்த இளம் உள்ளம் தன் பக்கம் யாராவது வருவார்களா என்ற ஆதங்கத்தில் துடித்துக் கொண்டிருந்தது போலும்!

"ஏம்'லெ அளுதே?" என்று கிழவன் கேட்டான்.

"அடிச்சுப் போட்டாரு" என்றான் பையன், ஓட்டலை சுட்டிக் காட்டிக் கொண்டே.

சந்தைக்கு சாமான் வாங்குவதற்குப் போய்க்கொண் டிருந்த ஒருவனும் நின்று கவனித்தான். அவன் தலையில் ஒரு கூடையைக் கவிழ்த்திருந்தான். பையன் உடம்பில் அவன் கண்கள் ஓடிக்கொண்டிருந்தன. பையனின் கோலம் எந்தக் கல்மனத்தையும் இளக்கிவிடும்.

"லேய்! நான் சொல்வதுபோலெ கேப்பியா?" என்றான் கிழவன்.

பையன் அழுகையை நிறுத்தினான்.

"அன்னா நிக்கான் பாரு, போலீசுக்காரன். அவன் கிட்டப்போயிச் சொல்லு. சும்மா அளுதுகிட்டு நின்னா முடியுமாலே, பயித்தியாரப் பயலெ!"

தலையில் கூடையைக் கவிழ்த்துக் கொண்டிருந்த மனிதன் குப்பென்று சிரித்தான். அவனுக்கு உலக விவகாரம் தெரியும் போலிருந்தது.

"வேய்! போலீசும் படையும் இவனுக்காகவா இருக்கு? பொறுக்கிப் பயல்களைக் கவனிக்கவா அவங்க இருக்காங்க? என்னய்யா சொல்லுதீரு, பயித்தியம் புடிச்ச மனிசா!"

கிழவனுக்குச் சற்று கோபம் வந்தது. இருந்தாலும் அவன் சொல்லுவது சரிதான் என்று பட்டது. அவனுடைய ஐம்பது வருட அனுபவத்தில் போக்கற்றுப் போனவர்களுக்குப் போலீஸ் வக்காலத்து வாங்கினதாகத் தெரியவில்லை.

சந்தைக்குப் போகவேண்டியவன் சந்தையைப் பார்த்துப் போய்விட்டான். கிழவன் வண்டிக்குள் போய்ப் படுத்துக் கொண்டான். பையனுக்கோ வெறும் ஏமாற்றம்தான் மிஞ்சிற்று. அவன் இன்னும் பலமாகக் கூக்குரல் போட்டு அழுதான். அடிபட்டிருந்த இடத்திலெல்லாம் லேசாக ரத்தம் கசிந்து நின்றது. தலையில் வீங்கியிருந்த இடம் அதன் பளபளப்பை இழந்து, நீலம் பாரித்துக் கன்றிப் போய்விட்டது.

கூட்டம் சாரிசாரியாகப் போய்க்கொண்டிருந்தது. சிலர் நின்று விசாரித்தார்கள்; இரக்கப்பட்டார்கள்; போய் விட்டார்கள்.

பொறுக்கி மண்ணில் புரண்டு அழுதுகொண்டிருந்தான்.

திடீரென்று அடுத்த சந்திலிருந்து ஒருவன் வெளிப் பட்டான். திடகாத்திரமான சரீரம். இடுப்பு சுருங்கி மார்பு நன்றாக விரிந்து கம்பீரம் கொடுத்திருந்தது. வயிரம் பாய்ந்த புஜங்கள். இடுப்பில் பச்சைக் கட்டம் போட்ட கைலியைச் சுற்றி அதை உள்நிஜாரின் விளிம்பு தெரியும்படி தூக்கிக் கட்டியிருந்தான். தலையில் முண்டாசு. காதில் பாதிக் குடித்துத் தீய்ந்து போயிருந்த கட்டைப் பீடித்துண்டு ஒன்றைச் சொருகி இருந்தான். முகத்தில் மொத்தமாக ஒன்றரைக் கண்தான் இருந்தது.

பொறுக்கி அவனைக் கண்டதும் நம்பிக்கையின் ஒளி அவன் கண்களில் தெரிந்தது. அவனிடம் ஓடினான். தன் பாஷையில் விஷயத்தைத் தாளித்துக் கொட்டினான். வந்தவன் விஷயத்தை உடனே புரிந்துகொண்டான். அவன் உதடுகள் துடித்தன.

இப்பொழுது அதே வர்க்கத்தைச் சேர்ந்த மற்றொருவன் எங்கிருந்தோ வந்துசேர்ந்தான். அடிபட்ட பொறுக்கியின் சம வயதுள்ள இரண்டு பொறுக்கிகளும் அவர்களுடன் சேர்ந்து கொண்டார்கள். அடிபட்டவன் 'ஓ'வென்று அழுதுகொண் டிருந்தான். உடம்பில் வலி சற்றுத் தணிந்திருந்தாலும் மனவலி அதிகரித்துக் கொண்டே இருந்தது போலிருக்கிறது. மேலும் இப்பொழுது பதில் கேட்க, விசாரிக்க ஆள் வந்திருக்கிறது. பதில் கேட்க வேண்டும்! அடிபட்ட எத்தனை பொறுக்கிகளின் சார்பில் பதில் கேட்க வேண்டியிருக்கிறது!

சிறிது நேரத்திற்கெல்லாம் ஓட்டல் முன் ஒரே கூட்டம். எங்கிருந்து தான் வந்து கூடினார்களோ – பொறுக்கிகள் . . . பொறுக்கிகள் . . . பொறுக்கிகள் . . . பொறுக்கி வர்க்கமே திரண்டு விட்டது. அவர்களைச் சுற்றிலும் பாதசாரிகள்; வழிப் போக்கர்கள். எல்லோருடைய முகத்திலும் 'என்ன, என்ன?' என்ற கேள்விக் குறி.

ஒன்றரைக் கண்ணன் பலமான குரலில் கூப்பாடு போட்டுக் கொண்டிருந்தான்.

"பாருங்கய்யா, பையன் முதுகைப் பாருங்கய்யா! அடியான அடியா இது? எருமை மாடு தாங்குமா? ஒங்களுக்கெல்லாம் கொளந்தெ குட்டி கெடையாதா? இவன் என்ன குத்தம் பண்ணிப்புட்டான் தெரியுமா? தொட்டியிலெ எச்சிலெ பொறுக்கிப் போட்டான். என்ன அநியாயம் பாருங்கய்யா!"

கூட்டத்தின் இரக்க உணர்ச்சியைத் தட்டி எழுப்பி தன் பக்கம் திருப்புவதற்குரிய ஏதோ ஒரு சக்தி அவன்

முகபாவத்திலும் குரலிலும் இருந்தது. கூடியிருந்தவர்களும் மனிதர்கள்தானே!

கூட்டத்தில் நின்றுகொண்டிருந்த கிழவன் கரகரத்த குரலில் சொன்னான்.

“அக்குருமம்தான். பணக்கொளுப்பு. கையை மொறிச்சுப் போடணும்.” ரத்தினச் சுருக்கமாகக் கிழவன் சொல்லி முடித்து விட்டுக் கூட்டத்தைச் சுற்றிப் பார்த்தான். எல்லோரும் முகபாவத்தினாலேயே அவன் கூற்றை ஆமோதித்தார்கள்.

இடுப்பில் கூடை வைத்துக்கொண்டிருந்த ஒரு கிழவி வருத்தப்பட்டாள்.

“என்னா அடி அடிச்சிருக்கான், சண்டாளன்! கொளந்த குட்டி அத்தவன் போலிருக்கு. வெளங்கவா போறான்.”

கூட்டம் அதிகரித்துவிட்டது.

ஒன்றரைக் கண்ணன் அலறிக்கொண்டிருந்தான். அவன் கூப்பாடு போடுவதைப் பார்த்தால் காலம் காலமாக அடி வாங்கி, உதைபட்டு, அனாதையாக அழுது ஓலமிட்டு ஓய்ந்த நூற்றுக்கணக்கான பொறுக்கிகளுக்கெல்லாம் சேர்த்துப் பதில் கேட்பது போலிருந்தது.

ஓட்டல் சர்வர் ஒருவன் வெளியே வந்து விசாரித்தான். சமாதானம் சொன்னான்.

ஒன்றரைக் கண்ணன் அலறினான். “நீரு ஒம்ம சோலியப் பாத்துகிட்டுப் போம் வேய்! அடிச்ச ஆளுதான் வந்து சமாதானம் சொல்லணும்.”

கூட்டத்தில் அவனுக்கு நல்ல பின்பலமிருந்தது. பொறுக்கி மட்டும் விட்டு விட்டு அழுதுகொண்டிருந்தான்.

இப்பொழுது ஓட்டலுக்குள் ஆள் நுழைய முடியாதபடி கூட்டம் வாசலை அடைத்துவிட்டது. ஓட்டலுக்குள் இருந்தவர்கள் உள்ளேயே அடைந்துவிட்டார்கள். வெளியே வர வழி இல்லை.

ஒன்றிரண்டு போலீஸ் தொப்பிகளும் கூட்டத்திடையே தென்பட்டன. கூட்டத்தின் பலத்த அனுதாபத்தைத் தெரிந்து கொண்டு அவர்கள் வாய் திறவாமல் நின்றுகொண் டிருந்தார்கள்.

ஹோட்டல் கல்லாப்பெட்டியில் முதலாளி மகனைக் காணவில்லை. அவன் புழக்கடை வழியே நழுவி விட்டான்.

ஹோட்டல் சர்வர் ஒருவன் முதலாளி வீட்டுக்கு ஓடினான். கையோடு அவரைக் கூட்டிக்கொண்டும் வந்துவிட்டான்.

முதலாளி வந்ததும், கூட்டத்தின் மனப்பான்மையைத் தெரிந்து கொள்ளாமலே கூப்பாடு போட்டுப் பார்த்தார். ஒன்றரைக் கண்ணன் மசியவில்லை. இப்பொழுது அவனோடு ஒன்றிரண்டு பேர்களும் சேர்ந்துகொண்டு வாதாடினார்கள்.

முதலாளி போலீஸ் ஜவான்களைச் சாடை காட்டிவிட்டு உள்ளே சென்றார். அவர்கள் பின்னால் போனார்கள்.

சிறிது நேரத்திற்கெல்லாம் ஜவான்கள் திரும்பி வந்து ஒன்றரைக் கண்ணனை அதட்டினார்கள். பொறுக்கி வர்க்கமும் கூட்டமும் இப்பொழுது ஒன்றுசேர்ந்து கொண்டது. வீறு கொண்டு எழுந்த ஆட்சேபக் குரலை ஜவான்களால் சமாளித்துக்கொள்ள முடியவில்லை. மேலும் விஷயம் பெரிய ரகளையாக வளர்ந்துவிடக் கூடாதே என்று அஞ்சினார்கள். பொறுக்கிக்கு அவர்கள் பயப்பட மாட்டார்கள் என்றாலும் பொறுக்கி வர்க்கத்திடம் சிறிது பயமிருந்தது. இப்பொழுது அது ஒன்றுதிரண்டு நிற்கிறது. ஒரே குரலில் பேசுகிறது. என்ன செய்ய முடியும்?

போலீஸ் ஜவான்கள் தலையைத் தொங்கப் போட்டுக் கொண்டு திரும்பியதும் கூட்டத்தின் பின்புறமிருந்து ஓலம் மெதுவாகக் கிளம்பிற்று.

"ஓஓ . . . ஓஓ . . . கூஊ கூஊ !"

ஆனால் ஒன்றரைக் கண்ணன் பொறுப்புணர்ச்சியுடன் கை உயர்த்தி வாயைப் பொத்திக் காட்டி அதை அடக்கினான்.

சிறிது நேரத்திற்கெல்லாம் மீண்டும் முதலாளி வந்தார்.

அவர் முகம் அவமானம் தாங்கமாட்டாமல் சிவந்து போயிருந்தது. அவர் குரல் சுருதி தாழ்ந்து ஒடுங்கிப்போய் விட்டது. அவருக்கு எப்படியாவது கூட்டம் கலைந்துவிட்டால் போதுமென்றாகிவிட்டது. அவர் மெதுவாகத் தாழ்ந்த குரலில் பேசினார். கலைந்து போகும்படி தாழ்மையாக வேண்டிக் கொண்டார். இப்படி ஒரு பொறுக்கியின் முன் தலைகுனிய வேண்டி வருமென்று அவர் கனவிலும் எண்ணியதில்லை. காலம் மாறி விட்டது. கலி முற்றி விட்டது.

அவர் முகத்தைப் பார்த்து ஒன்றரைக் கண்ணன் கேட்டான்.

"இவன் திருடினானா?"

"இல்லை" என்றார் முதலாளி.

“அல்வாவும் சிலேப்பியும் தின்னுபோட்டு துட்டுத்தராமெ நளுவிட்டானா?”

“இல்லை.”

“பின்னே ஏன் வேய் இவனெ அடிச்சீரு?”

முதலாளி பதில் பேசவில்லை.

“எச்சில் தின்னதுக்கு அடியா?” என்றது கூட்டத்திலிருந்து ஒரு குரல்.

“எச்சில் இலை தின்னவனுக்குத்தான் சொந்தம். இவர் அதற்கும் சேர்த்துத்தான் காசு வாங்கி இருப்பாரே!” மற்றொரு குரல் பொருளாதார நுணுக்கத்தோடு பேசிற்று.

முதலாளி மெதுவாக ஒரு ஐந்து ரூபாய் நோட்டை எடுத்து ஒன்றரைக் கண்ணன் முன் நீட்டினார்.

ஒன்றரைக் கண்ணன் மறுநிமிஷம் அதை அவர் கையி லிருந்து பிடுங்கி வீசி எறிந்தான்.

“இப்படி ரூபாயைத் தந்து ஏமாத்திப்போடலாம்னு நெனைக்க வேண்டாம். இந்த ரூபாயை நம்பி எதை வேணும்னாலும் செய்யலாம்கிற திமிரு வந்து போச்சுல்லே? உம்ம மாதிரி ஒரு அம்மைதான் வேய் இவனையும் பெத்துப் போட்டிருக்கா. இவன் உடம்பிலேயும் ரத்தம்தானே ஓடுது? வேய், சின்னஞ்சிறு வயசிலே நானும் பொறுக்கியாத் திரிஞ்சவன்தான். இந்த ஓட்டல்லெ எச்சில் பொறுக்கி ஒம்ம கையாலெ அடிவாங்கி இருக்கேன். அது ஒமக்கு மறந்து போயிருக்கும். ஆனா எனக்கு மறக்கலெ. இண்ணைக்கு ஒம்ம மவன் இவனெ அடிச்சிருக்கான். அண்ணைக்கு நான் அடிபட்டு அளுதுக்கிட்டு ஓடினேன். இண்ணைக்கு அப்படி யில்லெ. காலம் மாறிப் போச்சு. தெரிஞ்சுக்கிடும்!”

“பின் என்ன செய்யணும்னு சொல்லு.”

“ஒம்ம மவனெக் கூட்டிக்கிட்டு வாரும்” என்றான் ஒன்றரைக் கண்ணன்.

மகனை ஹோட்டல் பூராவும் தேடினார்கள். காணவில்லை.

கடைசியில் எங்கிருந்தோ கூட்டிக்கொண்டு வந்தார்கள்.

“மன்னிப்புக் கேக்கச் சொல்லும் வேய், ஒம்ம மவனே!” ஒன்றரைக் கண்ணன் சொன்னான். சொல்லிவிட்டு கூட்டத்தைப் பார்த்து, “நான் சொல்லுவது நியாயம்தானே?”

என்று வினயமாகக் கேட்டுக்கொண்டான். "நியாயம்தான், நியாயம்தான்" என்று குரல் எழுந்தது.

ஒன்றரைக் கண்ணன் சொல்லும் வாசகத்தை அதே பாஷையில் முதலாளி மகன் விக்கி விக்கித் திரும்பச் சொன்னான்.

கூட்டம் வேடிக்கை பார்த்தது.

அடிபட்ட பொறுக்கி சிரித்தான்.

சாந்தி, 1953

தண்ணீர்

ஊர்ப் பெரிய குளத்தில் பையன்கள் பந்து விளையாடிக் கொண்டிருந்தார்கள். பெரிய குளமல்லவா? அதனால் விளையாடச் செளகரிய மாக இருந்தது.

பூமிதேவியின் மார்பு அந்த இடத்தில் காய்ந்து பாளம் பாளமாக வெடித்திருந்தது. எனவே, சமயா சமயங்களில் காலும் பந்தும் அதில் அகப்பட்டுக் கொள்ளும். இருந்தாலும் வரவர அவற்றில் மண்ணேறி வந்தது. அவர்களும் விளையாட ஆரம்பித்து ஒன்றிரண்டு நாட்களா ஆகிறது?

பையன்கள் கனகுஷியாக விளையாடிக் கொண்டிருந்தார்கள்.

கரையில், தலையிலும் மீசையிலும் வெள்ளி முலாம் ஏறிவிட்ட கிழவனார் ஒருவர், பையன்கள் விளையாடுவதைப் பார்த்துக் கொண்டிருந்தார். அவர் நீண்ட பெருமூச்சு விட்டார். துக்கம் தோய்ந்த முகத்தோடு திரும்பி நடந்தார்.

இரண்டு கரையையும் ஆவித்தழுவிக்கொண்டு ஓடும் நதி, வண்டிக் காளை போடும் ஜலபாதை மாதிரி வற்றி வறண்டு அஸ்தமனத்தை அடுத்து விட்டது.

இடுப்புவரை தண்ணீர் சுழித்துக்கொண்டு ஓடுவது போல் வேஷ்டியைத் தூக்கிக் கட்டிக் கொண்டு ஒருவன் மண்வெட்டியால் மண்ணைத் தோண்டிவிட்டுக் குழியையே உற்றுப் பார்த்துக் கொண்டிருந்தான். பக்கத்தில் மண்பானையும்,

வயிற்றில் ஓட்டையுள்ள கொட்டாங்கச்சி ஒன்றும் இருந்தன. குழியில் அணு அணுவாக தண்ணீர் ஊறிற்று. விரலை ஓட்டையில் வைத்து அடைத்துக்கொண்டு தண்ணீரையும் அதோடு மண்ணையும் ஏந்திப் பானையில் ஊற்றினான். பானை நிறையுமா?

வீட்டுக் கிணறுகளில் வாளியைப் போட்டால் கீழே இடித்தது. வெளியே இழுத்தால் வாளி மட்டும் வந்தது.

கிணறுகளில் நெல் போட்டுப் பத்திரமாக வைக்கலாம். ஆனால் அவர்கள் வீடுகளில் மணி நெல்கூட இல்லை. கிணறு, கிணறாக இருந்திருந்தால் பானைகள் காலியாகவும் இருந்திராது.

தவிப்பு என்றாலே சாதகப்பட்சியின் நிலைதான். தவிப்பு, தவிப்பு, ஓயாத தவிப்பு. தண்ணீர் குடித்தால்தான் தாகம் தணியும். குடிக்கும் நீர் கழுத்துத் துவாரம் வழியாக வெளியே வழிந்துவிடும். தணியாத தாகத்தைத் தீர்த்துக்கொள்ள மழைதான் ஒரே கதி. வானை நோக்கி வாயைத் திறந்து விடலாம். தாகித்து வறண்டு போய், மழையை எதிர்நோக்கி ஏங்கிக் கிடக்கும் சாதகப்பட்சியின் நிலைமை சோகமயமானது.

கிராமத்து மக்கள் சாதகப்பட்சிகளாக மாறி விட்டனர்.

கிராமத்து மக்களுக்கு நானாவிதமான சிந்தனையும், பலவிதமான பேச்சும் என்றுமே கிடையாது. இருந்தாலும் ஓரளவு சிந்தனையும் குறுகிய வரம்புக்குள் பேச்சுமுண்டு. இன்று சிந்தனையும் பேச்சும் ஒன்றாகத் திரண்டு ஒரே கேள்வியாகப் பிறந்துவிட்டது. பல்வேறு ரூபங்கொண்ட ஆண் – பெண் முகங்களில் அந்த ஒரே ஒரு கேள்வி தான்:

“மழை வருமா?”

கிராமத்திற்குள் நுழையும் பாதையில் பெரிய வீதியில் ஒரே பெண்கள் கூட்டம். அவர்களைச் சுற்றிச் செம்பும் குடமும் பானையும் நிறைய இருக்கின்றன. அவர்கள் எல்லோரும் காலை எட்டு மணிக்கு அங்கு வந்தவர்கள்; கால்மாற்றிக் கால்மாற்றித் தவம்புரிந்து விட்டார்கள். வெயில், அக்கினியின் மாயா ரூபத்தில் கனன்று கொண்டிருந்தது. நிழல் காலடியில் பதுங்கும் வேளை. வெளியூர் முனிசிபாலிட்டி லாரியில் பெரிய பீப்பாயில் தண்ணீர் வரும். அவ்வளவு பேர்கள் திருஷ்டியும் வீதித் திருப்பத்தில் லயித்திருந்தது. இதோ லாரி வரும் சப்தம். எல்லோரும் தங்கள் தங்கள் பாத்திரங்களைத் தூக்கிக் கொண்டு ஒருவரை ஒருவர் இடித்துத் தள்ளிக்கொண்டு ஓடினார்கள். கண்களில்தான் என்ன ஒளி! எவ்வளவு ஆவல்! கூட்டம் விரைவாக முன்னேறிற்று.

காட்டுமரத்தைப் பாரமேற்றிய லாரியொன்று அவர்களைத் தாண்டிச் சென்றது.

புறப்பட்ட இடத்திலிருந்து நெடுநீளமான ஜலதாரையை வார்த்துக் கொண்டு தண்ணீர் லாரி வந்து சேர்ந்தது. பெண்கள் ஒருவருக்கொருவர் முட்டி மோதிக்கொண்டு லாரியைச் சூழ்ந்து கொண்டார்கள். ஒரே ஆரவாரம்; மீன் சந்தை இரைச்சல். ஆளுக்குக் கொஞ்சம் தண்ணீர் கிடைத்தது. எந்த சிறிய குடமும் நிறையவில்லை. பெண்கள் கெஞ்சினார்கள். கிழவி ஒருத்தி லாரிக்காரன் நாடியைத் தாங்கினாள். முறை பேசி அன்பாகக் கூப்பிட்டாள். லாரிக்காரன் அசைந்து கொடுக்க வில்லை. அவனுக்கு இன்னும் எவ்வளவோ ஊர்களுக்குத் தண்ணீர் காட்டவேண்டுமாம்.

லாரி புறப்படுகிறபொழுது கிழவி கூப்பாடுபோட்டுச் சொன்னாள்:

"ஐயா, இந்தப் பீப்பாய் ஓட்டையெ அடைக்கப்பிடாதா? தண்ணி பாளாப்போகுதே!"

இதே வார்த்தைகளைக் கிழவி தினம் தினம் சொல்லிக் கொண்டிருந்தாள். அவளுக்கோ உடம்பிலிருந்து சதா ரத்தம் ஒழுகிக்கொண்டிருப்பதுபோல் வேதனை. அந்த ஓட்டையை அடைக்க, சுண்டுவிரலைக் கேட்டால் கூட வெட்டிக் கொடுத்து விடுவாள் கிழவி! தண்ணீர் வீணாகிறது. தண்ணீர்! தண்ணீர்!!

மழை வருவதற்கான கடைசி ஆயுதத்தைக்கூடக் கையாண்டு பார்த்துவிட்டார்கள். ஊரில் எல்லோரிடமும் பணம் பிரித்துக் கொடும்பாவி கட்டி இழுத்தார்கள். இனிமேலும் மழை வராமலிருக்குமா?

அன்று நிம்மதியாக எல்லோரும் படுத்துக்கொண்டனர்.

நடுச் சாமம்.

வெளியே நார்க்கட்டிலில் படுத்துக்கொண்டிருந்த சந்தன மூப்பனார் எழுந்தார். தடியை ஊன்றியவாறே வாதக்கோளாறு கொண்ட காலை பம்மிப் பம்மி வைத்து, ஒன்றுக்குப் போய் விட்டு மீண்டும் கட்டிலில் வந்து உட்கார்ந்துகொண்டார். வானத்தைத் தலைதூக்கிப் பார்த்தார். அவர் தலைக்கு மேல் வானம் வெளுத்திருந்தது. ஆனால் மேல்கோடியில் பார்த்த பொழுது அவர் முகம் மாறிற்று. கண்களைத் தடவிக்கொண்டு மீண்டும் பார்த்தார். அங்கே . . . அங்கே . . . மேகம் திரண்டிருக் கிறது! 'கறுகறு'வென்று மேகம் திரண்டு பரவி வருகிறது!

கிழவருக்குத் திடீரென்று பத்து வயது குறைந்து விட்டது போலிருந்தது. இருப்புக்கொள்ளவில்லை. பக்கத்து வீட்டுத் திண்ணையில் படுத்திருந்த சண்முக அடவியார் பையன் சுப்பிரமணியனை எழுப்பிக் காண்பித்தார்.

"சரிதான்; மழை வருகிறது! மழை வருகிறது!"

இருள் ஒன்றுதான் இரவுக்குச் சாட்சியாக இருந்தது. குழந்தை முதல் கிழவி வரை எல்லோரும் எழுந்து விட்டார்கள். எல்லோரும் வெளியே வந்து அண்ணாந்து பார்த்தார்கள்.

சூல் கொண்டு திரளும் கருமேகம்!

புதிய ஜீவன் எல்லோர் உடம்புகளிலும் ஊறிற்று. பட்டப் பகல் அரவம். பெண்கள் பெரிய பாத்திரங்களைக் காலி செய்து வீட்டுக் கூரை முகட்டுக்குக் கீழ் வைத்தார்கள். சொட்டு ஜலமும் வீணாகக் கூடாதே!

சட்டென்று இருண்டுவிட்டது. மை இருள்.

மழைக் காற்று வீசிற்று.

கொடும்பாவி கட்டி இழுத்த பின்பும் மழை பெய்யாம லிருக்குமா?

கிழக்கே வெகு தூரத்தில் வானம் பொத்துக்கொண்டு கொட்டு வதை ஒருவன் சுட்டிக்காட்டினான்.

"அதோ, அதோ! தெரியுதா . . . தெரியுதா?"

மின்னல்!

கடைசியில் லேசாகக் கொசுத்தூறல் போட ஆரம்பித்து விட்டது! அவர்கள் தலையிலெல்லாம் விழுந்தது. ஒருவருக்கும் வீட்டுக்குள் ஏறி வர மனமில்லை. மழை பெய்யட்டும்; தலையிலும் உடம்பிலும் விழட்டும்; வீடும் கரையும் காடும் கழனியும் மழையில் குளித்தெழட்டும்!

மறுநாள் காலை வயலும் கரையும் எப்படி இருக்கும்? காலை இளம் வெயிலில் சிரிப்பும் பசப்புமாகக் குளித்தெழுந்த குமரி மாதிரி . . .

மண்வெட்டி சகிதம் காலையிலே எல்லோரும் வயலுக்குப் போகவேண்டியதுதான். கால் வெட்டிவிட வேண்டும்; நீர் தங்கி நின்றுவிடக் கூடாது. இந்த வருஷம் நல்ல அறுவடைதான்!

ஒவ்வொருவரும் களஞ்சியத்தில் நெல் குவியும் காட்சியை மனக் கண்ணால் கண்டு களித்துக் கொண்டிருந்தார்கள்.

சந்தன மூப்பனார் வீட்டுக்குள் இருந்தவாறே கைநீட்டிப் பார்த்தார். சாரல் விழ ஆரம்பித்துவிட்டது.

சாரல் தூற்றலாக மாறும். தூற்றல் மழையாகி, பேமாரியாகக் கொட்டும்!

ஆனால் . . ?

சூறாவளி!

தெருக் குப்பையும், சருகும், வீட்டுக் கூரையில் சுழன்றடித்தது.

காற்று. பேய்க்காற்று!

மேகம் சிதறுகிறது; விண்ணென்று ஒதுங்குகிறது.

பொழுது விடிந்ததும் வானம் வெளுத்துவிட்டது.

அன்று சாயங்காலமும் ஊர்ப் பெரிய குளத்தில் பையன்கள் பந்து விளையாடிக் கொண்டிருந்தார்கள்.

நியாயமாக ஊர் ஜனங்களுக்குத் தண்ணீர்த் தவிப்பு ஏற்படக் கூடாது. ஏனெனில் அவர்களுக்கு அணை வசதி உண்டு. சில மைல் தள்ளி ஒரு அணை; பெரிய அணைதான். இந்த மாதிரி தண்ணீர்த் தட்டுப்பாடு அவர்களுக்கு முன்பெல் லாம் ஏற்பட்டதில்லை. வருண பகவானை மட்டும் ஒரே போக்காக நம்ப வேண்டிய நிர்ப்பந்தம் வந்ததில்லை. அணை மூலம் தண்ணீர் செழிப்பாக வந்துகொண்டுதானிருந்தது. இப்பொழுதும் அணைக்குக் குற்றம் எதுவுமில்லை. அணை, அணையாகத்தானிருந்தது. ஆனால் அதற்குள் ஜலம் மட்டும் தங்காது. சேறும் சகதியும் நிறைந்துபோயிருந்தது. அந்தப் பிராந்தியத்திலிருந்து பெரிய புகார் கிளம்பிற்று. வயலின் சொந்தக்காரர்கள் புகார் செய்யவில்லை; விவசாயிகள் புகார் செய்தார்கள். சம்பந்தப் பட்டவர்களின் கவனத்திற்குக் கொண்டு வருவதற்குச் செய்த பிரயத்தனத்தில் கங்கையையே கொண்டு வந்துவிடலாம். கடைசியில் ஒரு தீர்மானம் ஏற்பட்டது. பழைய அணையைத் துப்புரவு செய்வதில் லாபம் இல்லை; புது அணை கட்ட வேண்டும்.

புதிய அணையைக் கட்டினார்கள் கட்டினார்கள் வருடக் கணக்கில் கட்டினார்கள். கடைசியில் கட்டி முடித்தே விட்டார்கள்!

இனிமேல் விவசாயிகளுக்கு என்ன கவலை? அவர்கள் ஒவ்வொரு நாளும் பட்ட துன்பத்திற்கெல்லாம் முடிவு வரப் போகிறது. அணை கட்டி முடிந்துவிட்டால் விமோசனம்தான்.

தண்ணீர் நெருக்கடி இனிமேல் அவர்கள் ஆயுளில், அவர்கள் சந்ததியர்கள் ஆயுளில் வரப்போவதில்லை. தண்ணீர் தேவைக்கு மேல் வந்து பாயப்போகிறது. வயலில் தண்ணீர் ஏறி, பயிரை அடித்துக்கொண்டு போகாமல் பார்த்துக் கொள்ளவேண்டும். நீர் நின்று இளம் பயிர்கள் அழுகிப் போகாமல் கவனித்துக் கொள்ள வேண்டும்.

விவசாயிகள் பாக்கியசாலிகள்!

அணைதிறப்பு விழா பிரமாதமாக நடந்தது. ஒரு பெரிய மனிதர் நிறையப் பேசினார். உட்கார்ந்த இடத்திலிருந்தவாறே அணையைத் திறந்துவைத்தார். மறுநாள் அவர் பேச்சும் படமும் பத்திரிகையில் வெளிவந்தன. சம்பந்தப்பட்டவர்கள் படங்களெல்லாம் வந்தன. அணையின் படம் வந்தது. ஆனால் அணையில் தண்ணீர் மட்டும் வரவில்லை.

விவசாயிகள் கண்டு கேட்டிராத ஊரிலிருந்து மூன்று பேர் பறந்து வந்தார்கள். அணையின் நோயைக் கண்டுபிடிக்க வேண்டாமா? விவசாயிகள் திரளாகக் கூடினார்கள். வந்தவர்கள் நீண்ட நேரம் பேசினார்கள்; போய்விட்டார்கள்.

அவர்கள் என்ன பேசினார்கள் என்பது மட்டும் விவசாயி களுக்குப் புரியவில்லை!

இப்படி, விவசாயிகள் ஒவ்வொரு நாளும் மனத்தில் ஆசையாக, அணு அணுவாக, ஏக நம்பிக்கையாக வளர்த்துக் கொண்டு வந்த கற்பனைக் குழந்தை செத்துப் பிறந்தது!

ஒருநாள் காலை ஊரில் பெரிய ரகளை.

வரி பிரிக்க ஆட்கள் வந்தார்கள். தண்ணீர் வரி!

ஏற்கெனவே ஒரு அணை இருந்தது; புதிய அணையும் கட்டி முடிந்தது.

இப்பொழுது அணைகள் இருக்கின்றன; ஆனால் தண்ணீர் இல்லை.

தண்ணீர் இல்லை; ஆனால் தண்ணீர் வரி இருக்கிறது!

சில இளைஞர்கள் வரி கொடுக்க மறுத்தார்கள். ஒரே அடியாகத் தரமுடியாது என்று சாதித்தார்கள். இது ஒரு புதிய அனுபவம்!

ஆனால் இந்தக் காலத்தில் போக்கிரிகள் எங்கும் மலிந்து விட்டார்கள். தண்ணீர் இல்லையென்றால் தண்ணீர் வரி இல்லை என்கிறார்கள். அக்கிரமம் அல்லவா இது? தேசத்

துரோகம் அல்லவா? எனவே, வரி பிரிப்பவர்கள் அவர்கள் வீட்டில் புகுந்து அங்கிருந்த அரிய பெரிய பொக்கிஷங்களை யெல்லாம் அள்ளி வெளியே போட்டார்கள். கிழிந்த சட்டை, ஒடிந்த குடை, மூன்றுகாலுள்ள நாற்காலி, சட்டி, பானை – இவற்றையெல்லாம் அவர்கள் ஏலம் போட்டார்கள். இப்படி, போக்கிரிகள் கட்டவேண்டிய வரியை வசூலித்தார்கள்.

தண்ணீர்த் தட்டுப்பாட்டினால் போன தடவை அறுவடை என்பதே இல்லை. அறுவடைச் சமயத்தில் எருமையும் மாடும் வயலில் மேய்ந்து கொண்டிருந்தன. எனவே, விவசாயிகளின் வாழ்க்கை மார்க்கம் குலைந்து சீர்கெட்டுவிட்டது. வீடுதோறும் வறுமை. ஊரில் பஞ்சம்.

இந்தத் தடவையும் ஏறக்குறைய அதே நிலைமைதான். கதிர்கள் தலைக்கனம் ஏறி நிற்கும் சமயம் ஒரே ஒரு தடவை தண்ணீர் பாய்ந்துவிட்டால் நல்ல போகம் கண்டுவிடும். மகசூலுக்குக் குறைவு ஏற்படாது. போன தடவைக்கு வட்டியும் முதலுமாக வாரித் தட்டி விடலாம். ஆனால் . . . ஆனால் . . . தண்ணீர் வேண்டும். ஒரே ஒரு தடவை தண்ணீர் பாய்ந்து விட்டால் போதும் – அப்புறம் விவசாயிகள் ‘இந்நாட்டு மன்னர்கள் தான்.’

அணையில் கால்வாசி நீர் இருக்கிறதாம். ஆனால் மடையைத் திறந்து விடுவாரில்லை. அதற்கென்று தனியே ஒரு உத்தியோகஸ்தர் நியமிக்கப்பட்டிருந்தார். அவர் உத்தரவின் பேரில்தான் மடை திறக்கப்படும்.

சாதாரண விவசாயிகளுக்கு அவரைப் பார்த்துப் பேசவே முடியவில்லை. பேசினவர்களுக்குப் பிரயோஜனமும் ஏற்பட வில்லை. அவர் வீட்டுக்குமுன் சதா பெரிய பண்ணைகளின் புதிய கார்கள் காவல் நின்றன. அணையிலிருந்து வரும் ஈவிரக்கமற்ற தண்ணீர் பெரிய பண்ணையார் முகுந்தப்பிள்ளை யின் நூறு ஏக்கரா புஞ்சையில் சர்வ சாதாரணமாகப் பாய்ந்து விட்டு, கோவில் பூசாரி ஆண்டியப்பரின் மஞ்சக்காணித் துண்டத்தில் பாயாமல் நின்றுகொண்டது. இன்றும் சுவாமியை அனாதையாக விட்டுவிட்டு, காலையிலும் மாலையிலும் ஆண்டியப்பர் உத்தியோகஸ்தர் வீடு தேடி நடந்துகொண் டிருக்கிறார்.

துண்டு துண்டாக நிலத்தை வைத்துக்கொண்டிருக்கும் ஏழை விவசாயிகளுக்கு விழி பிதுங்கிற்று. அவர்கள் ஒன்று சேர்ந்து பேசினார்கள். ஒன்று சேர்ந்து பிராதுகள் தயாரித்து அனுப்பினார்கள். கூட்டங்கள் போட்டார்கள். திறக்க வேண்டிய கதவைத் தலையால் முட்டித் திறந்தார்கள். கடைசியில்

எல்லாவற்றிற்கும் சேர்ந்து ஒரு பதில் கிடைத்தது. அணையில் சொட்டுத் தண்ணீர்கூடக் கிடையாது!

அவர்கள் வயல்கள் வறண்டு கொண்டிருந்தன. பயிர் கரிந்து கொண்டிருந்தது. வயல் பக்கம் போனால் கண்களில் நீர் முட்டிற்று. ஏதோ ஒரு பயங்கரமான ஆவேசம் மனத்துள் தோன்றி பூதாகாரமாக வளர்ந்து வந்தது. மனத்துள் எரிமலை புகைய ஆரம்பித்து விட்டது. அது எந்த நிமிஷமும் வெடிக்கலாம். வெடித்து விட்டால்..?

அதே சமயம் மறுபக்கம், சாம்பிப்போன மனத்தில், எல்லையில்லாத துக்கம் பீறிடும். சில சமயம் அது ஆக்ரோஷ மாக மாறும். ஆனால் அதை யாரிடம் காட்டுவது? யாரிடம் காட்ட வேண்டும்? யாரிடம்..?

அணையில் தண்ணீர் இருக்குமென்றால் – பெரிய புள்ளிகள் நிலங்களிலெல்லாம் ஏற்கெனவே பாய்ந்து விட்ட படியால் – மீதித் தண்ணீர் அவர்களுக்குக் கிடைக்குமென்ற நம்பிக்கையுண்டு.

ஆனால் அணையில்தான் தண்ணீரே இல்லையே!

நாளுக்கு நாள் பயிர்கள் கருகிக்கொண்டே வந்தன. விவசாயிகளும் பயிரின் நிலையை அடைந்துகொண்டிருந்தார்கள்.

தண்ணீர் கிடைக்கிறதென்றால் அன்று – அன்றே – கிடைக்க வேண்டும். இல்லாவிட்டால் அதோகதிதான். இந்த வருடமும் மாடுகள் மேயவிடலாமா?

அவர்களுக்குத் தண்ணீர் கிடைக்குமா? அணைதான் வறண்டு போய்க் கிடக்கிறதாமே!

மழை பெய்யுமா? வருண பகவான் திருக்கண் திறந்து கடாட்சிப்பானா?

வீட்டுக்கு உடையவன் செத்துப்போன மாதிரி விவசாயி களின் வீடுகள் சோகத்தில் அமிழ்ந்திப்போயிருந்தன. அவர்கள் செய்த வேலை, உழைப்பு, ஆசை, அபிலாஷைகள் – எரியும் வெயிலில் வாடி வதங்கிக் கருகிப்போய்க் கொண்டிருந்தன.

அவர்கள் கண் முன்னால் அவர்களின் ஒரே சொத்து எரிந்து கொண்டிருந்தது. அன்றே தண்ணீர் கிடைக்க வேண்டும். இல்லாவிட்டால் எல்லாம் இதோடு முடிந்தது. நாசம்தான்! அழிவுதான்!

அவர்களுக்குத் தண்ணீர் கிடைக்குமா?

இரவு ஏழு மணி. மேலக்கரை வேலப்பன் வீட்டை ஒருவன் படபடவென்று தட்டினான். வேலப்பன் பசியோடு படுத்துத் தூங்கிக்கொண்டிருந்தவன் எழுந்து வந்து கதவைத் திறந்தான்.

வந்தவனுக்கு மூச்சுத் திணறியது. நெற்றியிலிருந்து வியர்வை வழிந்துகொண்டிருந்தது. அவன் தணிந்த குரலில் சொன்னான்:

"அண்ணேய், சங்கதி தெரியுமா? அணையிலே தண்ணி கெடக்குதாம்!"

"தண்ணி கெடக்கா? சும்மா ஏதாவது சொல்லாதே."

"எங் கண்ணாணெ! தெரிஞ்சில்லா சொல்லுதேன்!"

வேலப்பன் ஒரு துண்டைத் தலையில் சுற்றிக்கொண்டு வந்தான். இரண்டு பேரும் வெளியேறினார்கள்.

ஊர் ஆலமரத்தடி. அங்கு பழனி, ஆறுமுகம், இன்னும் ஒன்றிரண்டு பேர் இருந்தார்கள். இவர்களும் அங்குபோய்ச் சேர்ந்தார்கள். அதே விஷயம் பலர் வாயில் பல ரூபங்களில் வெளிவந்து கொண்டிருந்தது.

"அணையில் தண்ணீர் இருக்கிறது!"

"அணையில் தண்ணீர் இருக்கிறது!"

அந்தத் தண்ணீர் அவர்களுக்குக் கிடைத்துவிட்டால் போதும் – நிலம் விளைந்துவிடும்; தலை தப்பிவிடும்.

மடை திறக்கும் உத்தியோகஸ்தர் வீடு அங்கிருந்து நான்கு மைல் தள்ளி இருந்தது. தலையில் முண்டாசை வரிந்து கட்டிக் கொண்டு மூன்று பேர் ஓடினார்கள் – இல்லை – பறந்தார்கள்!

மீதியுள்ளவர்கள் அங்கேயே இருந்தார்கள். ஒரு கணம் ஒரு மணியாக இழைந்துகொண்ருந்தது. மனத்துள் ஒரே துடிப்பு; தண்ணீர் கிடைக்குமா கிடைக்குமா என்ற தவிப்பு.

ஊருக்கு வெளியே பெரிய மாதா கோயிலில் மணி ஒன்பதடித்தது. அவர்கள் மௌனமாக உட்கார்ந்துகொண்டிருந்தார்கள். கும்மிருட்டு. மனித சீவன்கள் உட்கார்ந்திருப்பதையே தெரிந்து கொள்ளமுடியாது. மையிருட்டில், தரை மட்டத்திற்கு இரண்டடி உயரத்தில், நான்கு தீப் புள்ளிகள் கனன்று கொண்டிருப்பது மட்டும் தெரிந்தது.

பொழுது ஊர்ந்து கொண்டிருந்தது.

திடீரென்று கால் அரவம் மாதிரிக் கேட்டது.

சடக்கென்று மடியிலிருந்து தீக்குச்சியை எடுத்து ஒருவன் உரசிப் பார்த்தான். சாக்கடைப் பக்கம் படுத்திருந்த அனாதைக் கழுதை ஒன்று எழுந்து நொண்டி நொண்டிப் போய்க் கொண்டிருந்தது.

குப்பென்று எழுந்த சிரிப்பு மனத்துள்ளேயே அடங்கி விட்டது. வடிவேலு சமாதானம் சொன்னான்.

"நல்ல சகுனம்தான்."

பெரிய கோயிலில் மணி பத்தடித்தது.

பேச்சுக்குரல் காற்றில் நெருங்கி வந்துகொண்டிருந்தது.

"அண்ணன் சத்தம்தான் கேட்குது!" என்றான் பழனி. எல்லோரும் காதைத் தீட்டிக்கொண்டார்கள். "அண்ணன் குரல்தான்" என்று சொல்லியவாறே வேலப்பன் சாடி எழுந்தான். மூன்று பேரும் குரல் வரும் திசையை நோக்கி ஓடினார்கள். கட்டுப்படுத்த முடியாத ஆதங்கம், ஆவல், நெஞ்சுத் துடிப்பு!

இரண்டு கூட்டமும் நெருங்கிற்று.

"என்னாச்சு ..? தண்ணி கெடக்கா?" வேலப்பனுக்கு ஸ்பஷ்டமாகப் பேசமுடியவில்லை. நெஞ்சு முரசடித்தது.

காளியப்ப பிள்ளை நிதானமாகச் சொன்னான்:

"தண்ணி கெடக்குது நெசந்தான்."

"சபாஷ்!" என்று உரக்கக் கூவிவிட்டுத் துள்ளினான் பழனி. காரிருளில் எதிர்நோக்கிக் காத்துக் கிடந்தவர்களின் பற்கள் பளிச்சென்று தெரிந்தன.

"தண்ணி இப்பம் வந்திருமில்லெ? நாம் வீட்டுக்குப் போய் மம்மட்டியை எடுத்திட்டு வந்துருலாம், வாங்க" என்றான் வேலப்பன்.

"தண்ணியை நமக்குத் தரமுடியாதாம்!" என்றான் ஆறுமுகம்.

"என்ன! தரமுடியாதா?"

பலர் வாயிலிருந்து ஒரே கேள்வி வெடித்தது.

"ஆமா, தர முடியாதாம்."

"ஏன்? தந்தா என்ன கொள்ளையாம்?"

"தர முடியாதாம். சொட்டுத் தண்ணிகூடத் தரமுடியாதாம்!"

"ஏனாம்?"

“. . .”

“ஏன்னு கேக்கறேன்?”

“. . .”

“ஏய்! ஏன்னு கேக்கறேன், சொல்லேன் ஏன்னு?”

“. . .”

சுசீந்திரம் கோயிலில் திருவாசம் புரியும் தாணுமாலயர் சக்தி கொண்டவர். மும்மூர்த்தியின் திரு அவதாரம். அந்தப் பக்கத்தில் செல்வாக்கும் மதிப்புமுள்ளவர். மேலும் பெரிய பண்ணை. தேரூர்ப் பற்றில் நூறுகோட்டை விதைப்பாட்டுக்கு மேல் இருந்தது. தேர்திருநாள் என்றால் ஆயிரக்கணக்கில் கூட்டம் கூடும். சித்திரை மாதம் தெப்பத் திருவிழா. அந்தப் பிராந்தியத்திலேயே அவ்வளவு கூட்டம் வேறு எந்த விசேஷத் திற்கும் திரளாது. பூக்களால் பிரமாதமாக அலங்கரித்து, ஒளியில் ஜகஜ்ஜோதியாகத் திகழும் தெப்பத்தில் ஸ்வாமி குளத்தைச் சுற்றி வருவார்.

தெப்ப விழா நெருங்கிவிட்டது. ஆனால் தெப்பக் குளத்தில் தண்ணீர் கிடையாது. ஸ்வாமியின் சொந்தத் தேவைக்கான குளமும் வறண்டிருக்கிறது. என்ன அநியாயம்!

குளத்தில் தண்ணீர் இல்லையென்று தெப்ப விழாவை முடக்கிவிட முடியுமா? தெய்வ தோஷம் கிட்டவா?

மேற்படி விஷயத்தை சுசீந்திரம் தேவஸ்தானம் அரசாங்கத் தின் கவனத்திற்கு ஏற்கெனவே கொண்டு வந்துவிட்டது. தெப்பத்திற்குத் தண்ணீர் வேண்டுமே, என்ன செய்வது? அதற்கு ஒரே வழி – இருக்கிற தண்ணீரை மறைத்து வைப்பது தான். இந்த விஷயம் பரம ரகசியமாக இருக்கவேண்டும். ஏனென்றால் தெய்வத்திற்காக ஒதுக்கி வைத்திருக்கும் தண்ணீரையும் வயலுக்கு விடுங்கள் என்று சொல்ல நீசர்கள் கூசமாட்டார்கள். எப்படி! வயலுக்கு ஜலத்தைக் கொடுத்து விட்டுத் தெப்ப விழாவை முடக்கிவிட வேண்டுமாம்! இந்தப் புத்தி கெட்ட குழந்தைகளைக் கடவுள்தான் காப்பாற்ற வேண்டும்.

பட்டப்பகலில் அணையைத் திறந்து விட்டால் தண்ணீர் குளத்திற்கு வந்து சேரவேண்டாமா? வெளிக்குத் தெரியாமல் விஷயம் நடந்தேற வேண்டும். கடைசியில் ஒரு முடிவு ஏற்பட்டது. தெப்பத் திருவிழாவுக்கு முந்திய நாள் அர்த்த ராத்திரியில் ரகசியமாக அணையைத் திறந்து விட்டு விடுவது! காலையில் குளம் நிறைந்து விடும். இரவில் தெப்பத் திருவிழா!

அன்று இரவுதான் வேலப்பனும் கூட்டாளிகளும் கொண்ட கடைசி நம்பிக்கையிலும் மண் விழுந்தது. திரிசங்கு சொர்க்கத்தில் விழி பிதுங்க நின்று கொண்டிருந்தார்கள். தண்ணீரை என்ன செய்யப் போகிறார்களென்று சம்பந்தப் பட்டவர்கள் சொல்லவில்லை. இருந்தாலும் விஷயம் அங்கு வேலை பார்க்கும் வேலையாள் மூலம் வெளியே கசிந்து விட்டது. துப்பு இவர்கள் கைக்கு சிக்கிவிட்டது.

இப்பொழுது என்ன செய்வது? என்ன செய்ய முடியும்?

வேலப்பன் திடமான குரலில் சொன்னான்:

“வீட்டுக்குப் போயி எல்லோரும் மம்மட்டியை எடுத்திட்டு வாங்க!”

“எதுக்காம்?” என்றார் தாணு மூப்பனார்.

“அதெல்லாம் அப்புறம் சொல்லுதேன். எடுத்திட்டு வாங்க. சட்டுனு.”

“நீ போற வளி எனக்குத் தெரியுதுலே!” என்றார் மூப்பனார்.

“என்ன வேய் குத்தம், போற வளியிலே?”

“லேய், சின்னப் பிள்ளைகளா வெளையாடாதீங்க. தெய்வ தோஷம் புடிச்சிடும்.”

வேலப்பனுக்கு முகம் சிவந்தது. இருந்தாலும் சாந்தமாக, நம்பிக்கை தரும் குரலில், அழுத்தமாகச் சொன்னான்:

“ஓய் மூப்பனாரே, விஷயத்தைத் தெரிஞ்சுக்கிடும். நாங்க கடவுளெ எதுக்கலெ! அது எங்க வேலை இல்ல. தண்ணி தெய்வத்துக்குப் போகக் கூடாதுன்னு நாங்க சொல்லலெ. நமக்குப் பயிருக்குத் தண்ணி வேணும்னு சொல்லுதோம். எங்கே போவுதுங்கிறதெப் பத்தி எங்களுக்கு அக்கறை இல்லெ. எங்களுக்கு இல்லாமப் போகுது – அதுதான் விஷயம். நமக்குத் தண்ணியில்லாமெ அடிக்கது எதுவோ அதைத்தான் நாங்க எதுக்கறோம்.”

இரவு மணி பன்னிரண்டடித்தது.

ஐந்து வாலிபர்கள் வரப்போடு தட்டுத் தடுமாறி நடந்து கால்வாய் ஓரம் அடைந்தார்கள். ஒருவருக்கொருவர் ஒன்றுமே பேசிக்கொள்ள வில்லை. வாயில் நெருப்பில்லை. தோளில் மண்வெட்டியிருந்தது. தலையில் முண்டாசு சுற்றி, வேஷ்டியைத் தார்ப்பாய்ச்சிக் கட்டியிருந்தார்கள். வாடைக்காற்று பயிர்களின் தலையைத் தடவிக்கொண்டு வருவதில் ஏற்படும் இன்ப இசை.

மரங்களிலிருந்து ஆந்தைகளின் முணுமுணுப்பு. அவ்வப்பொழுது பட்சிகளின் சலசலப்பு. சிறிது நேரத்திற்கெல்லாம் அவர்கள் வயலுக்கு மேல் பக்கத்தில் மண்ணைத் துரிதமாக வெட்டிப் போட்டு அணைபோட்டார்கள். அதை அழுத்தி, மீண்டும் மண்போட்டுத் திடப்படுத்தினார்கள். கால்வாய் ஓரம் மல்லாந்து விழுந்து கிடந்த குத்துக்கல்லின் மேல் உட்கார்ந்து கவனித்துக்கொண்டிருந்தார்கள் ...

பொழுது நகர்ந்துகொண்டிருந்தது. ஒவ்வொருவரும் காதைக் கூர்மையாக வைத்துக்கொண்டிருந்தார்கள். பொழுது ஏறஏற ரத்தத்திற்கு சூடேறிக்கொண்டு வந்தது. தண்காற்று வீசிற்று. காதோரம் சில்லிட்டது. சில சமயம் இனம் தெரியாத ஒரு பயமும் தோன்றிற்று. ஆனால் மறுநிமிஷமே அது மறைந்தது.

சலசலப்பு!

தண்ணீரின் சலசலப்பு. தண்ணீர் வருகிறது. தண்ணீர் நெருங்கி வந்துகொண்டிருந்தது. வேலப்பன் வறண்ட கால்வாயினுள் இறங்கி நின்றுகொண்டிருந்தான். காதலி மாதிரித் தண்ணீர் வந்துகொண்டிருந்தது. மயான நிசப்தத்தில் நீர் வரும் சப்தம் சங்கீதமாகக் கேட்டது.

ஏதோ ஒரு சக்தி அவனுள்ளிருந்துகொண்டே வேலப்பனை முன்னால் தள்ளிற்று. பொடிந்த சிப்பிகள் காலைப் பதம் பார்த்தன. அவன் பாதத்தைத் தட்டிவிட்டுக்கொள்ளவில்லை.

வேலப்பன் காலில் லேசாகக் குளுமை. தண்ணீர்!

வேலப்பனுக்கு அடிமுதல் முடிவரை மயிர் சிலிர்த்தது. வாயைத் திறந்து கூப்பாடு போட்டான். சப்தம் குதிக்கவில்லை. மறு நிமிஷம் அவனை மீறிய வேகத்தில், உரத்த குரலில் சப்தம் வெடித்தது.

"தண்ணி வந்துடுச்சு!"

வெகுதூரத்தில் மலையடிவாரத்திலிருந்து இனம் தெரியாத மனிதன் அந்தச் சந்தோஷச் செய்தியை உலகத்திற்கு அறிவித்தான்.

மறுநிமிஷம் பழனி தீக்குச்சியை உரைத்தான். தண்ணீர் மளமளவென்று வருகிறது. ஒளியில் ஒரே நிமிஷத்தில் மடையின் வாயை நிதானித்துக் கொண்டார்கள். கணமும் தாமதியாமல் மடையை வெட்டிவிட்டார்கள். பிரக்ஞையின்றி ஜலம் வயலில் நுழைந்தது. ஒவ்வொரு வயலிலும் பாய்ந்தது. இனம் தெரியாத பக்கத்து வயல்களையெல்லாம் அவர்கள் திறந்து விட்டார்கள். எல்லா வயலிலும் தண்ணீர் நிறைந்தது ...

மறுநாள் காலை, ஊருக்குள் ஒரு இடி வண்டி புகுந்தது. இடி வண்டி என்றால் தெரியுமா? ஒரு வண்டி. அதனுள் ஆயுதபாணிகளாக காக்கி உடை போட்டுக் கொண்டு சிலர் இருப்பார்கள்; அவர்களுக்கு ஏழைகளை இடிக்கவும், அடிக்கவும், உதைக்கவும் அதிகாரமுண்டு.

அவர்கள் ஊருக்குள் பிரவேசித்து, ஒவ்வொரு வீடாக ஏறி இறங்கி, குற்றவாளிகளை இழுத்துக்கொண்டு வந்தார்கள். வேலப்பன், பழனி, ஆறுமுகம், காளியப்ப பிள்ளை எல்லோரும் போலீசாரின் கைக்குள்!

இடி வண்டிக்கு முன் கூட்டம் கூடிவிட்டது. எல்லோரும் அங்கு கொண்டுவரப்பட்டார்கள். அந்தக் கூட்டத்தில் வேலப்பன், பழனி கூட்டாளிகளின் தாயும் தகப்பனும், மனைவி குழந்தைகளுமிருந்தார்கள். முறுக்கிய மீசையும் தொப்பியுமாக, ஆஜானுபாகுவாய் ஒருவர் வண்டிக்குள்ளிருந்து இறங்கி வந்தார். “இவங்கதான் ஆசாமிங்களா?” என்று அதிகாரத் தோரணையில் கேட்டார். “ஆமாம்” என்று பதில் கிடைத்தது.

அவர் சிறிது நேரம் வேலப்பனின் முகத்தையே கூர்மையாக, கண் இமைக்காமல் முறைத்துப் பார்த்துக்கொண்டிருந்தார். திடீரென்று அசுர பலத்துடன் வயிற்றில் ஆழமாகக் குத்தி, நாடியை மறுகையால் அலக்காகத் தள்ளி, காலையும் தட்டி விட்டார். வேலப்பன் “ஐயோ!” என்று பயங்கரமாக அலறிக் கொண்டு கீழே சுருண்டு விழுந்தான். மண்ணில் தலையை முட்டிமுட்டிப் புரண்டான். சக்கர வளையம் சுற்றினான். கூட்டத்திற்குள்ளிருந்து நெஞ்சைப்பிளக்கும் அலறல் கேட்டது. மறுநிமிஷம் வேலப்பனின் தாய் கீழே விழுந்தாள். அவர் அடித்த அடியின் வேதனையை அவளும் அனுபவித்திருப் பாளோ? பழனி, ஆறுமுகம் போன்றவர்களுக்கும் படபட வென்று தொடர்ந்து அடி விழுந்தது. மிருகத்தனமான உதை. பூட்சுக் காலால் நெஞ்சில் மிதித்தார்கள். கீழே குனிய வைத்து முட்டு எலும்பால் முதுகில் குத்தினார்கள். தலை மயிரைக் கையால் அள்ளிப்பிடித்து உசுப்பிக் கொண்டு இரண்டு கன்னத்திலும் மாறிமாறி அறைந்தார்கள்.

கூட்டத்திற்குச் சூடேறிவிட்டது. அவர்கள் ஊர்வாசிக ளல்லவா? அவர்கள் சுக துக்கங்களில் பங்கெடுத்தவர்களல்லவா? எங்கிருந்தோ ஒன்றிரண்டு கற்கள் போலீசு லாரியின்மீது விழுந்தன. சிப்பாய்கள் மீது விழுந்தன. இன்ஸ்பெக்டரின் தொப்பி கீழே விழுந்தது. மறுநிமிஷம் அவர் கூப்பாடு போட்டு உத்தரவு கொடுத்தார். ஜவான்கள் கழியால் கூட்டத்தைத் தாக்கினார்கள். கூட்டம் வெருண்டு ஓடிற்று. காசநோய்க்காரர்

ஒருவரும், எலும்பாடிப்போன ஒரு கிழவியும், வேடிக்கை பார்த்து நின்ற ஒரு சிறு பெண்குழந்தையும் அடியால் தாக்கப் பட்டார்கள்.

கீழே விழுந்து கிடந்த குற்றவாளிகளைப் போலீஸ் படை வண்டியில் தூக்கிப் போட்டுக்கொண்டு புறப்பட்டது. வண்டி ஊரைச் சுற்றிப் போகிறபொழுது அடிபட்டு அவல நிலையிலிருந்த வேலப்பனின் கூட்டாளிகள் சிரமப்பட்டு எழுந்திருந்து, லாரியின் வலை வழியே தங்கள் வயல்களைப் பார்த்தார்கள்.

பூர்ண திருப்தியில், எக்களிப்புடன் தலையாட்டியவாறே, கதிர்கள் வீர வணக்கம் சொல்லி அவர்களை வழியனுப்பி வைத்தன.

***சாந்தி*, 1953**

உணவும் உணர்வும்

வயிற்றில் எரியும் தீயை அணைக்காமல், குழந்தையைச் சமாதானப்படுத்துவது சாத்திய மில்லை என்பதை அந்தத் தாய் உணர்ந்து கொண்டாள். குழந்தை அதையே தான் திரும்பத் திரும்பச் சொல்லி அழுதுகொண்டிருந்தது;

"பசிக்குதம்மா!"

ஒரு குழந்தை பசி பொறுக்கமுடியாமல் அழுதுகொண்டிருப்பதை யாரால்தான் பார்த்துக் கொண்டிருக்க முடியும்? இதைவிட மனத்தை நெகிழவைக்கும் ஒரு விஷயமுண்டா?

குழந்தை கதறித் துடித்துக்கொண்டிருந்தது. கண் முன்னால் குழந்தை பசியால் துடித்து வடிக்கும் ரத்தக் கண்ணீரை, பெற்ற தாய் எப்படிப் பார்த்துக்கொண்டிருப்பாள்? எப்படி அதைப் பொறுத்துக்கொண்டிருப்பாள்?

குழந்தையின் வயிற்றுத்தீ தணியவேண்டும். குழந்தையின் பசி அதன் உயிரையே கசக்குகிறது. எவ்வளவு நேரம்தான் குழந்தையால் பொறுத்துக் கொண்டிருக்க முடியும்?

வயிற்றிலிருந்து கிளம்பும் அக்கினியில் குழந்தை வாடி வதங்கிவிட்டது; கருகிச் சுருண்டு விட்டது.

எண்ணெயில்லையென்றால் விளக்கு அணைந்து போகாதா?

பசி குழந்தையை...

அதைக் கற்பனை பண்ணிப் பார்க்கிறபொழுதே தாயின் உடல் நடுங்கிற்று. அப்புறம் அவள் மட்டும் எப்படி உயிர் வாழ முடியும்? எதற்கு உயிர்வாழ வேண்டும்?

காலையிலிருந்து உச்சிப் பொழுதுவரை அவள் அலைந் தாள். ஊரில் அவள் ஏறி இறங்காத வீடில்லை. தட்டிப் பார்க்காத கதவில்லை. அவள் கெஞ்சிக் கெஞ்சி, கண்ணீர் விட்டுக் கொண்டே கேட்டாள்; குழந்தையைக் காட்டிக் காட்டிக் கேட்டாள்; குழந்தையின் ஒட்டிய வயிற்றைக் காட்டிக் கேட்டாள். தன் தாய் கையை நீட்டுகிறபொழுது, குழந்தையும் தன் பிஞ்சுக் கைகளை நீட்டிக் கேட்டது தன் குழந்தை மொழியில்; துக்கத்தை வாய்விட்டுச் சொல்லிக் கேட்டது.

எல்லோரும் அவளை விரட்டினார்கள். சில பெரிய மனிதர்கள் 'உனக்கு வேலை செய்தால் என்ன கொள்ளை?' என்று கேட்டார்கள். அதே கேள்வியைத் திருப்பி அவர்க ளிடம் கேட்க வேண்டுமென அவள் நாக்குத் துடித்தது. அவள் கேட்கவில்லை. அவள் தன்னை அடக்கிக்கொண்டாள். பிறகு பிச்சை கிடைக்க வேண்டாமா? அவள் குழந்தையின் வயிற்றுத்தீ தணிய வேண்டாமா?

"உனக்கெதற்கடி பிரசவமும் பிள்ளையும்?"

கர்ப்பிணியான ஒரு பெண் அவளைப் பார்த்துக் கேட்டாள். அந்தக் கேள்வி அவள் மனத்தில் சுருக்கென்று தைத்தது. இதை விடக் கேவலமாக, ஒரு தாயை அவமானப் படுத்த முடியுமா? அங்கும் பதிலுக்குப் பதில் கேட்க இடம் இருந்தது. கன்னத்தில் அறைந்தாற்போல் கேட்கலாம். அவள் பொறுத்துக் கொண்டாள். அவள் குழந்தையின் பசி தீர வேண்டும்; அவள் குழந்தை உயிர்வாழ வேண்டும்.

குழந்தை மண்ணில் குப்புற விழுந்து அழுதது; புரண்டது. தலையைத் தரையில் முட்டி மோதிக்கொண்டது!

குழந்தைக்கு எட்டு வயதுதானிருக்கும். பசி அதற்குப் புதிய விஷயமல்ல. எட்டு வருஷ அனுபவம். பசியைப் பொறுத்துக் கொள்ளும் குழந்தைதான் அது. அதன் சோனி உடம்பே அதற்குச் சாட்சி. ஆனால் பசியைப் பொறுத்துக் கொள்வதற்கும் ஒரு வரம்பில்லையா?

சிறு கைவிளக்கு எரிவதற்கு எவ்வளவு எண்ணெய்தான் வேண்டும்? சாப்பிடுகிறபொழுது காலடியில் சிந்தும் பருக்கை கூட அதற்குப் போதும். ஆனால் அதற்கும் வழியில்லை யென்றால்..?

தாய் குழந்தையை மண்ணிலிருந்து தூக்கினாள். குழந்தை கையிலிருந்து திமிறி மீண்டும் மண்ணில் குப்புறப் படுத்துக் கொண்டது. உடம்பிலுள்ள பலத்தையெல்லாம் ஒன்று திரட்டி, கேந்திரப்படுத்தி, கூப்பாடு போட்டது:

"அம்மா, பசிக்குதம்மா!"

ஒரு கணம் தாய் திடுக்கிட்டாள். அந்தச் சப்தம் அவ்வளவு உக்கிரமாக இருந்தது! அந்தச் சின்னஞ்சிறிய உடம்பிலிருந்து அந்தக் குரல் வெளிவருகின்றதென்றால் யாரும் நம்ப மாட்டார்கள்.

"அம்மா, நீ எனக்கொண்ணும் தரமாட்டியா?"

வீதியில் ஒன்றிரண்டு பேர்கள் நின்று குழந்தை அழுவதைக் கவனித்தார்கள். கூட்டம் கூடிவிடுமோ என்று தாய் பயந்தாள். மெல்ல அங்கிருந்து நடந்தாள். குழந்தையும் அழுதுகொண்டே பின்தொடர்ந்தது.

அந்த ஹோட்டலின் பின்புறம் சென்றார்கள். ஹோட்டலில் வேலை செய்பவர்கள் யாராவது வெளியே வருகிறார்களா என்று தாய் எட்டி எட்டிப் பார்த்துக்கொண்டிருந்தாள்.

ஹோட்டலிருந்து தோசை சுடும் வாசனை கம்மென்று எழுந்தது. குழந்தை ஒரு கணம் அழுகையை நிறுத்திவிட்டு, தாயின் முகத்தைப் பார்த்தவாறே, வாசனையை நன்றாக இழுத்து ரசித்தது. குழந்தையின் வாயில் ஜலம் ஊறி வருவதைத் தாய் கவனித்தாள், மறுகணம் குழந்தை 'தோசை' என்று பீறிட்டு அழுதது.

தாய்க்குக் கண்களில் நீர் முட்டிற்று.

"என் ராசால்லெ! சித்தெ பொறுத்துக்கப்பா. நீ அளாம இருக்கணும். தோசை, நான் வாங்கித்தாறேன். என் தங்கக் கொடமில்லா, அளாதே!"

தாய் பரிவோடு சமாதானம் சொன்னாள். குழந்தையை இழுத்து அணைத்துக்கொண்டாள்.

"நீ என்னை ஏய்க்கப் பாக்கறே. எனக்குப் பசிச்சுப் பசிச்சுத் துடிக்குதம்மா. எனக்கு ஒண்ணும் தராமலே இரி; நான் செத்துப் போறேன்."

தாய் சட்டென்று குழந்தையின் வாயைப் பொத்தினாள். "அப்படியெல்லாம் சொல்லாதேப்பா" என்று பதறினாள். தான் சொல்லத்தகாத வார்த்தையைச் சொல்லிவிட்டோ மென்பதைக் குழந்தை உணர்ந்தது. அந்த வார்த்தையிலுள்ள

சுந்தர ராமசாமி

'விஷ'த்தைத் தெரிந்துகொண்டதும் பசியின் தாள முடியாத, தாங்க முடியாத மரண வேதனையில், தாயின்மேல் கட்டுக் கடங்காது பொங்கிக் குமுறியெழுந்த ஆத்திரத்தைத் தணித்துக் கொள்வதற்கு அந்த விஷ வார்த்தையையே குழந்தை மீண்டும் சொல்லிற்று.

"நான் செத்துப்போறேன், போ. நான் செத்துப் போயிட்டா, பெறகு உனக்குக் கவலை இல்ல. சனி தொலஞ்சிதுன்னு நிம்மதியா இருப்பே!"

தாய் காதைப் பொத்திக்கொண்டாள்.

குழந்தை தொடர்ந்து கூப்பாடு போட்டது. அதற்கு இன்னும திருப்தி ஏற்படவில்லை. தன் சொல்லம்புகளைத் தாங்க முடியாமல் தாய் அவஸ்தைப்படுவதைக் குழந்தை உணர்ந்தது. ஆனாலும் அது கொஞ்சமும் இரக்கப்படவில்லை; கண்டு மகிழ்ந்தது! தான் சொன்ன வார்த்தைகளுக்குக் காரம் காணாது என்று அதற்குப் பட்டது. இன்னும் விஷத்தோடு பேசவேண்டும்; அதைக் கேட்டுத் தாய் பதற வேண்டும்; உலகமே நடுங்க வேண்டும்!

"நான் செத்துத் தொலஞ்சு போகணும்ணுதானே, நீ என்னைப் பட்டினி போடுதே?"

அந்தக் கேள்விக்குத் தாய் பதில் சொல்லியாகவேண்டும். அவள் கடமை அது. அவள் என்ன பதில் சொல்வாள்?

"ஐயோ, பசிக்குதம்மா!"

குழந்தையின் அழுகை மேலும் வலுத்துவிட்டது. ஒரு கணம் அவளுக்குப் பயங்கரமான கோபம் வந்தது. அவளுக்கும் பசிக்கென்ன குறைவா? அவளுக்கும் வாய்விட்டு அழ வேண்டும்; அவள் அனுபவித்த கஷ்டங்களை, ஆளான கொடுமைகளைச் சொல்லிச் சொல்லிக் கதற வேண்டும். ஆனால் அவளால் அழ முடியுமா? அவள் கோபத்தைக் கட்டுப்படுத்திக் கொண்டாள்; துக்கத்தை அடக்கிக்கொண்டாள்.

அவர்கள் முன் ஒரு புதிய கார் வந்து நின்றது. அதிலிருந்து சிலர் இறங்கினார்கள். தாய் மடமடவென்று அங்கு ஓடினாள். வழக்கமான பல்லவியைச் சொல்லிக் கையை நீட்டினாள். குழந்தையும் ஒரு கணம் வாயைப் பொத்திக்கொண்டு பின்னால் ஓடிச்சென்று கையை நீட்டிற்று. யாரும் அவர்களைக் கவனிக்க வில்லை. எல்லோரும் ஹோட்டலுள் சென்றார்கள்.

குழந்தை மீண்டும் கதறி அழுதது.

அக்கரைச் சீமையில்

தாய் குழந்தையின் கவனத்தைத் திருப்ப முயன்றாள். காரின் சக்கரத்தின் நடுவிலுள்ள பளபளக்கும் தட்டில் குழந்தையின் முகத்தைப் பார்க்கச் சொன்னாள். தன்னுடைய முகம் நீளமாக, அவலட்சணமாகத் தெரிவதைக் கண்டு குழந்தை கலகலத்துச் சிரித்தது. தாயின் முகம் அதில் தெரியும் கோலத்தைச் சுட்டிக் காட்டி, கண்களில் நீருடன் குழந்தை வாய்விட்டுச் சிரித்தது. ஒரு கணம்தான்! சட்டென்று, அநியாயமாக ஏமாந்து போனோம் என்ற தோரணையில் குழந்தை முன்னிலும் பெரிதாக அழுதது. தாய் மீண்டும் அந்தப் பிரதிபிம்பத்தைக் காட்டி ஏமாற்றப் பார்த்தாள் – குழந்தை மசியவில்லை. தனது மறுப்பைத் தெரிவிக்கும் பொருட்டு, கண்களைப் பொத்திக் கொண்டது. தன் தாயிடமிருந்து விலகிச் சென்று நின்று கொண்டு கதறியது. வயிற்றில் ஓங்கி ஓங்கி அடித்துக்கொண்டு அழுதது. தாய் ஓடிச் சென்று குழந்தையின் கைகளைப் பிடித்துக் கொண்டாள்.

“கொஞ்சம் பொறுத்துக்கலே; ஏதாச்சும் வாங்கித் தாறேன்.”

“எங்கிருந்து வாங்கித் தருவே?” அழுகையோடு அழுகை யாகக் குழந்தை விசாரித்தது.

தாய் திணறினாள். இருந்தாலும் சமாதானத்திற்காக, “ஓட்டலிலிருந்து வாங்கித் தாறேன்” என்றாள்.

“அதுக்குத் துட்டு வேணுமே! ஒங்கிட்டெ இருக்கா?” குழந்தை உலகத்தைப் புரிந்து கொண்டுவிட்டது!

தினம் தினம் பசிக்கும். பசி தணியவேண்டுமென்றால் சோறு வேண்டும். சோறு வேண்டும் என்றால் காசு வேண்டும். இதற்கு மேலாக, இந்த உலகில் புரிந்துகொள்வதற்கு என்ன இருக்கிறது?

தாய் மின்சாரத்தால் தாக்குண்டதுபோல் நடுங்கினாள். இந்த வார்த்தைகளைத் தன் வயிற்றில் பிறந்த குழந்தை சொன்னால் ஒரு தாயால் எப்படி அதைப் பொறுத்துக் கொண்டிருக்க முடியும்? ‘என்னைக் காப்பாற்ற முடியவில்லை யென்றால் என்னை ஏன் பெற்றாய்?’ என்றுதான் குழந்தை கேட்பதாகத் தாய்க்குப் பட்டது. குழந்தை கேட்பதின் சாராம்ச மும் அதுதான். தாய் அதற்குப் பதில் சொல்லியாக வேண்டும்.

தாய் தன்னையே வாய்க்கு வந்தபடி மானசீகமாக ஏசிக் கொண்டாள். முகத்தை மூடிக்கொண்டு மோனக் கண்ணீர் உகுத்தாள். அந்தக் கண்ணீர் விலையற்றதாகிவிடுமா?

ஹோட்டலில் ஒரு பந்தி சாப்பாடு முடிந்து இலையைத் தொட்டியில் கொண்டு போட்டார்கள். சுற்று முற்றும்

காத்துக் கொண்டிருந்த பொறுக்கிகள் விழுந்தடித்து ஓடி வந்து தொட்டியில் குதித்தார்கள். வயிற்றுக்கும் சோற்றுக்குமுள்ள சம்பந்தத்தில் ஏகக் கூப்பாடு எழுந்தது. போட்டி, சண்டை, வசை – ஒரே களேபரம்!

குழந்தை இதைக் கவனித்ததும் அவர்களை நோக்கி ஓடிற்று. இடுப்புத் துண்டில் கொள்ளுமட்டும் இலையை வாரிக் கட்டிக் கொண்டு வந்த ஒரு பொறுக்கியிடம் குழந்தை சென்று கையை நீட்டிற்று. பொறுக்கி, “நீயும் இங்கெ வந்துட்டியா?” என்ற தோரணையில் ஏற இறங்கப் பார்த்தான். குழந்தையின் கண்களில் ஆவல் துடிக்கிறது. சட்டென்று மடியிலிருந்து சிறிது சோற்றைக் குழந்தையின் கையில் கொடுத் தான், பொறுக்கி. குழந்தை மிகுந்த ஆத்திரத்துடன் சோற்றை வாய்க்குக் கொண்டு போயிற்று. அப்பொழுதுதான் தாய் தலை தூக்கிப் பார்த்தாள். தாய் அலறிப் புடைத்துக்கொண்டு ஓடிவந்து குழந்தையின் கையைப் படீரென்று தட்டினாள்! குழந்தையின் கையிலிருந்த சோறு, இரண்டு ஆள் உயரம் மேலே சென்றுவிட்டு, தரையில் விழுந்து சிந்திச் சிதறியது. குழந்தை படீரென்று கீழே விழுந்து அழுது துடித்தது. தாய் பொறுக்கியைப் பார்த்துச் சீறினாள்.

“எம் மவன் எச்சிச் சோத்தைத் திம்பான்னா நெனச்செ? உனக்கு என்ன திமிறு! அடுப்புலெ போவான்!” என்று வாய்க்கு வந்தபடியெல்லாம் ஏசினாள்.

குழந்தை எச்சிலுக்காக அழுது புரண்டுகொண்டிருந்தது. தரையில் காலை உதைத்துக் கதறி அழும் குழந்தை தாயின் கையில் வெடுக்கென்று வாய் வைத்துக் கடித்தது! ஒரு கணம்தான். அந்த ஒரு கணத்தில் தாயின் உயிர் பதறிற்று; ‘வீல்’லென்று வாய்விட்டுக் கத்தினாள். தாங்க முடியாத வேதனையில் கையை மார்போடு அணைத்துக்கொண்டு கீழே உட்கார்ந்தாள்.

குழந்தையின் உடம்பைவிட்டுப் பிரிந்துகொண்டிருந்த உயிர் மீண்டும் வாய்வரை வந்தது. அதை அவள் தட்டி விட்டுவிட்டாள். குழந்தையால் அதைப் பொறுக்க முடியுமா?

மேலும் ஆத்திரம் தணியாமல் குழந்தை தாயை ஏசிற்று; தாயின் தாயைச் சொல்லி, தாயின் தகப்பனாரைச் சொல்லி ஏசிற்று. சொல்லும் வார்த்தைகளுக்கு அர்த்தம் புரியாமல் ஏசிற்று. ஒரு குழந்தைக்கு இவ்வளவு கெட்ட வார்த்தைகள் தெரிந்திருக்குமா? ஒரு சிறு குழந்தை தன் தாயை இப்படியும் அழைக்குமா?

தாய் தன்னையே சபித்துக்கொண்டாள்.

"உனக்கெதற்கடீ பிரசவமும் குழந்தையும்?" என்று அந்தப் பெரியவீட்டுப் பெண் கேட்டத்தில் அர்த்தமிருக்கிறது என்று அவளுக்குப் பட்டது. பளிச்சென்று எட்டு வருஷங்களுக்கு முந்திய அந்த இரவை அவள் எண்ணிப் பார்த்தாள். அன்று கூரிருட்டில், அந்தப் பாழ்மண்டபத்தில் நடைபெற்ற எல்லா விஷயங்களும் அவளுக்கு ஞாபகம் வந்தது. அந்த இரவையே அவள் சபித்தாள். தன் வாழ்வில் மீண்டும் ஒருமுறை அந்த 'வலை'யில் விழக்கூடாது என்று அவள் சபதமெடுத்தாள்.

ஹோட்டலின் பின்புறம், கிணற்றடியில், இரண்டு உயிர்கள் இந்த உலகில் யாருக்குமே தெரியாது, யாருமே அறியாது, வெகுநேரம் அழுதுகொண்டிருந்தன.

ஒரு மணி நேரத்திற்குப் பின்னால், ஊருக்கு வெளியேயுள்ள ஒரு குடிசையின் கதவைத் தாய் தட்டிக்கொண்டிருந்தாள். தாய் வெகுநேரம் யோசித்துப் பின் தயங்கித் தயங்கித்தான் இதைச் செய்தாள். அந்தக் குடிசையில் வசித்துக்கொண்டிருந்தவள் தாயுடன் தெருவில் பிச்சையெடுத்துக்கொண்டிருந்தவள்தான். இப்பொழுது அதைவிட 'உத்தமமான' ஒரு தொழிலை மேற்கொண்டு, வயிற்றைக் கழுவிக்கொண்டிருந்தாள். மானத்தை விற்று வாழும் அவள்மேல் தாய்க்கு வெறுப்புண்டு. இருந்தாலும் அன்று அப்படியொன்றும் நின்று நிதானித்துப் பார்க்க வழியில்லை.

குழந்தை இப்பொழுது அழுதுகொண்டிருந்தது என்று சொல்வதைவிட, செத்துக்கொண்டிருந்தது என்று சொல்வதே சரி. குழந்தையின் குரல் தணிந்துவிட்டது. குழந்தை சோர்ந்து துவண்டுவிட்டது. மெல்லிய ஈனமான குரலில் குழந்தை முனங்கிக் கொண்டிருந்தது.

குடிசைக்காரி அழுக்கு உடைதான் உடுத்திக்கொண்டிருந்தாள் என்றாலும், முகத்தில் வெள்ளை அடித்த மாதிரி பவுடரை அப்பிக்கொண்டிருந்தாள். நெற்றியில் பெரிய குச்சிலிப் பொட்டு, நிறைய எண்ணெய் தேய்த்து, பெரிய கொண்டை போட்டுக் கொண்டிருந்தாள். கண்களில் சிவப்பேறி இருந்தது.

அவள் தாயின் பின்னால் ஒட்டிக்கொண்டிருந்த குழந்தையை அணைத்துக்கொண்டு முத்தமிட்டாள்.

"ஐயோ, ஏன் கொளந்தெ இப்படி இருக்குது?" என்று பதட்டத்துடன் விசாரித்தாள். தாய் தடுமாற்றத்துடன் விஷயத்தைச் சொன்னாள்.

சில நிமிஷங்களுக்குப் பின்னால் தாயும் குழந்தையும் குடிசையை விட்டு வெளியேறியபொழுது தாயின் மடி கனத்திருந்தது.

தாயைப் பின்தொடர்ந்து, குழந்தை பொறுமை இழந்து தள்ளாடித் தள்ளாடிச் சென்றுகொண்டிருந்தது. குழந்தையின் முகம் சோர்ந்திருந்ததென்றாலும் இப்பொழுது கண்களில் ஒளி இருந்தது.

தாய் மரத்தடியில் உட்கார்ந்தாள். குழந்தை மிகுந்த ஆத்திரத்துடன் ஓடிவந்து தாயின் மடியை அவிழ்த்தது. மடி நிறையச் சோறு!

குழந்தையின் கண்கள் நக்ஷத்திரங்கள் மாதிரி பளிச்சிட்டன.

"ஒரு பருக்கைகூட நீ எடுக்கப்படாது. அவ்வ்வ்வளவும் எனக்குத்தான்" என்று குழந்தை கட்டளை போட்டது.

குழந்தை அத்துமீறிய ஆத்திரத்துடன் சோற்றை அள்ளி அள்ளி வாயில் திணித்துக்கொண்டது. மடியிலிருக்கும் சோறு முழுவதையும் ஒரே வாயில் திணித்துக்கொள்ள வேண்டு மென்பதுபோல் குழந்தை ஆத்திரப்பட்டது. தாய் 'மெள்ள மெள்ள' என்று எச்சரித்தாள். குழந்தை இதைச் சற்றும் பொருட்படுத்தவில்லை. வயிற்றில் தீ எரிகிறதே! தீ!

குழந்தையின் ஆத்திரம் சற்றுத் தணிந்தது. படபடப்புக் குறைந்தது. குழந்தை இப்பொழுது சோற்றை அடைத்துக் கொண்டு விழுங்கவில்லை; மென்று ருசி பார்த்துத் தின்றது.

திடீரென்று குழந்தை தலைதூக்கிச் சொல்லிற்று:

"சோறு நல்லால்லெ, அம்மா! பளஞ்சோறுதான்!"

தாய் சிரித்தாள்.

சிறிது நேரத்திற்கெல்லாம் குழந்தை சாப்பிடுவதை நிறுத்திற்று. எழுந்து நின்று சோம்பல் முறித்தது. நின்று கொண்டே கிழிந்து போன தன் சட்டையைத் தூக்கி வயிற்றைப் பார்த்தது. வயிறு சற்று முன்னால் தள்ளி இருந்தது. குழந்தை தன் வயிற்றைப் பார்த்துச் சிரித்துக்கொண்டது.

"சோறு போதும், அம்மா!"

மிஞ்சியிருந்த சோற்றைப் பார்த்துக்கொண்டே குழந்தை சொல்லிற்று.

"இதையும் சாப்பிடேன்" என்றாள் தாய்.

"போதும்மா, வயிறு முட்டிப்போச்சு. இதோ, வயித்தெப் பாரு, பிள்ளையார்சாமி கணக்க இருக்கு!" என்று வியாக்யானம் செய்தவாறே வயிற்றில் தாளம் போட்டது குழந்தை.

குழந்தை தாயின் பக்கத்தில் வந்து உட்கார்ந்துகொண்டது. தாயின் முகத்தைப் பார்த்தது. தாயின் முகம் சோர்ந்து களையிழந்து இருப்பதைப் பார்த்ததும் குழந்தையின் முகம் சுருங்கிற்று.

"ஏம்மா, ஒரு மாதிரியா இருக்கே? பசிக்குதாம்மா? ஐயோ! வயித்தெப் பாரு, ஒட்டிக் கிடக்குது, நீ சாப்பிடம்மா" என்று தாயின் ஒட்டிய வயிற்றைத் தடவிற்று குழந்தை.

"நீ இன்னும் கொஞ்சம் எடுத்துக்க!" என்றாள் தாய்.

"இல்லை. எனக்குப் போதும்; நீ சாப்பிடு" என்று சொல்லிக் கொண்டே குழந்தை சிறிது சோற்றை உருட்டி, தாயின் வாயில் ஊட்டிற்று. தாய் சாப்பிட்டு முடித்தாள். தாய் சாப்பிட்டு முடிப்பதுவரை பேசாதிருந்துவிட்டுக் குழந்தை கேட்டது:

"நான் உனக்குக் காணாமெ, அவ்வளவு சோத்தையும் மொக்கிப் போட்டேனாம்மா?" இப்படிக் கேட்கிறபொழுது குற்ற உணர்ச்சியால் குழந்தையின் குரல் கரகரத்தது.

"சேச்சே! அப்படியொண்ணுமில்லை. எனக்குத்தான் வயிறு நெறஞ்சு போச்சே!" என்றாள் தாய்.

குழந்தை, "பொய்!" என்று சொல்லி நம்ப மறுத்தது. நெற்றியில் விழுந்து புரண்ட மயிரை ஒதுக்கிவிட்டுக் கொள்வதற்காக, தாய் கையை நீட்டிய பொழுது குழந்தை திடீரென்று 'ஐயோ!' என்று கத்திற்று. தாய் பதறிப்போனாள்.

"ஐயோ! கையிலே —" என்று சொல்லி, முடிக்க முடியாமல் திணறியது குழந்தை.

தாய் கையை நீட்டிப் பார்த்தாள்.

முழங்கையில், குழந்தை கடித்த இடம் கன்றிச் சிவந்து பற்களின் தடம் ஆழப் பதிந்து நீலம் பாரித்துக் கிடந்தது!

அதையே சற்று நேரம் உற்றுப் பார்த்துக்கொண்டிருந்த குழந்தையின் கண்களில் நீர் ததும்பிற்று; முகம் சிவந்தது. திடீரென்று குழந்தை வாய்விட்டு அழுதது!

தாய் சமாதான வார்த்தைகள் எவ்வளவோ சொன்னாள். குழந்தை தன் தவற்றை எண்ணி ஏங்கி ஏங்கி அழுதது.

"வலிக்குதாம்மா?"

சுந்தர ராமசாமி

தாய் கடிபட்ட இடத்தில் விரலை வைத்து அழுத்தி 'வலியே இல்லை' என்று பொய்ச் சத்தியம் பண்ணினாள்.

குழந்தை சற்றுச் சமாதானமடைந்தது.

திடீரென்று குழந்தை தாயைப் பார்த்துக் கேட்டது:

"அம்மா! எம்மேலெ கோவிச்சுக்கிட்டிருக்கியா?"

"கோவமொண்ணுமில்லெ" என்றாள் தாய்.

"நான் உன்னைக் கெட்ட வார்த்தையெல்லாம் சொல்லி ஏசிப் போட்டேன்; இல்லியாம்மா?"

"போனாப் போவுது. எனக்கொண்ணும் ஒங்கிட்டக் கோவமில்லேடா!"

குழந்தை சற்று நேரம் மௌனமாக, வெட்ட வெளியைக் கண் இமைக்காமல் பார்த்துக்கொண்டிருந்தது. சட்டென்று உணர்வு பெற்றுச் சொல்லிற்று:

"நான் இனி ஒன்னை அடிக்கமாட்டேன்."

"சரி."

"அளவும் மாட்டேன்."

"சரி."

"பசிக்குன்னும் சொல்லமாட்டேன்."

தாய் சிரித்தாள்.

தான் சொல்வதைத் தாய் நம்பவில்லையென்று எண்ணி, மீண்டும் அதையே ஊர்ஜிதம் செய்தது குழந்தை.

"இனிமெ, கண்ணாணெ, பசிக்குன்னு அளமாட்டேன்!"

"அட என் கண்ணே!" என்று சொல்லி, தாய் குழந்தையை அணைத்துக்கொண்டாள். தாயின் கண்களில் நீர் பொங்கிற்று.

"எம்மேலெ கோவமாம்மா?" மீண்டும் குழந்தை கேட்டது.

"இல்லேடா ராசா, இல்லெ!"

"கண்ணாணெ?"

"கண்ணாணெ!"

"அப்பம் கொஞ்சம் சிரி" என்றது குழந்தை.

தாய் வாய்விட்டுச் சிரித்தாள்.

குழந்தை தாயின் மடியில் ஏறி உட்கார்ந்துகொண்டு தாயின் கழுத்தை இறுகக் கட்டி அணைத்துக் கன்னத்தில் முத்தமிட்டது.

தாய்க்குப் புல்லரித்தது!

"அம்மா! எனக்குத் தூக்கம் கண்ணெச் சுத்தது!" என்றது குழந்தை.

தாய் கீழே படுத்துக்கொண்டாள். முந்தானையை விரித்தாள். குழந்தை முந்தானையில் படுத்துக்கொண்டது. உச்சிவெயில் கண்ணைக் கூசச்செய்யவே குழந்தை முகத்தைத் தாயின் மார்பில் புதைத்துக்கொண்டது.

குழந்தை தூங்கிய சில நிமிஷங்களில் தாயும் தூங்கிப் போனாள்.

இருள் எங்கும் படர்ந்தது.

திடீரென்று தன்னை உசுப்பி எழுப்பும் அதிர்ச்சியில் தாய் கண் விழித்தாள்.

குழந்தை அழுதுகொண்டிருந்தது.

"என்னலெ?" தூக்கக் கலக்கத்தில் தாய் பதறியபடி கேட்டாள்.

குழந்தை கதறி அழுதது:

"பசிக்குதம்மா!"

1955

கோவில் காளையும்
உழவு மாடும்

அன்னக் காவடியிலுள்ள மணி இன்ப ஓசையை எழுப்பிக் கொண்டிருந்தது. அந்தச் சமயத்தில் மணியோசை கேட்டால், வைரவன் பண்டாரம் அன்றைய அலுவல் முடிந்து மாடன் கோயிலுக்குத் திரும்பிக் கொண்டிருக்கிறான் என்று அர்த்தம். ஒற்றையடிப் பாதை வழியே பண்டாரம் வேகமாக நடந்துகொண்டிருந்தான். இருள்தான் என்றாலும் அவன் கால்களுக்கு மேடு பள்ளம் தெரியும். பழக்கப்பட்ட பாதை. வில்லுப்பாட்டி லுள்ள சில அடிகள் சிதைந்து குற்றுயிராய் வாயி லிருந்து தப்பியோடிக் கொண்டிருந்தன.

அந்த ஒற்றையடிப் பாதை வழியே போனால் மாடன் கோயில் வாசலில் கொண்டுபோய் விடும். பழைய கோவில்தான். மாடனுக்கு மாஜிப் பெருமைகள் நிறைய உண்டு. வைரவன் பண்டாரத் தின் தியாக புத்தியில் ஏதோ விளக்கு மட்டும் எரிகிறது. சுவர்கள் இடிந்து கரைந்து, பழையபடி குரங்காக எண்ணும் மனிதனைப்போல் மண்ணில் கலந்து ஐக்கியமாகிக் கொண்டிருந்தது. வலது பக்கத்தில் காலம் காலமாக நின்றுகொண்டிருந்த கல்தூண் இப்பொழுது படுத்து இளைப்பாறுகிறது. கோவிலைச் சுற்றி எங்கே பார்த்தாலும் வெள்ளெ ருக்கும் புல்பூண்டும் காடாய் வளர்ந்து கிடக்கிறது. தரையில் கால் வைத்தால் நெருஞ்சிமுள் அப்பி விடும். இப்பொழுதும் சகல சக்திகளும் கொண்ட மாடனுக்கு வெயில் அடித்தால் காயவேண்டாம்;

மழை பெய்தால் நனைய வேண்டாம். இந்தக் குறைந்த பட்ச சௌகரியத்தில் ஆசை வைத்துத்தான் வைரவன் பண்டாரமும் மாடன் கழுத்தைக் கட்டிக்கொண்டான்.

இப்பொழுது இரண்டு பேருமே அனாதைகள். இரண்டு பேருமே சக்தி வாய்ந்தவர்கள்.

மாடன் சன்னிதானத்துக்கு முன்னால் இரண்டடி உயரமுள்ள குச்சியில் ஒரு பெட்டி உட்கார்ந்திருக்கிறது. அதற்குள்ளே மாடனுக்குச் சொந்தமானதும் வைரவன் பண்டாரத்திற்கு அனுபவ பாத்தியதையும் கொண்ட 'சேமிப்பு நிதி' அடக்கம். கோவில் கற்படியில் பெண் நாயொன்று மயங்கியபடி கனவு கண்டுகொண்டிருந்தது.

திடீரென்று நாய் எழுந்து நின்று குரைத்தது. வாசலில் வைரவன் பண்டாரம் நிற்பது நட்சத்திர ஒளியில் நிழல்படம் மாதிரித் தெரிகிறது. என்ன கம்பீரமான தோற்றம்! ராஜ களை. நல்ல மேனி வளப்பம். மகான்களுக்கே உரித்தான தாடி. நெற்றி, மார்பு, புஜங்களில் விபூதிப் பட்டை. சந்தனப் பொட்டு. அதற்கு மேல் குங்குமம். வேஷ்டியின் மேல் ஒரு காவித்துண்டை வரிந்து கட்டியிருக்கிறான். தோள்மேல் சம நிறையிலுள்ள தராசுக் கம்பி மாதிரி அன்னக்காவடி லேசாக ஆடிக் கொண்டிருக்கிறது.

பண்டாரம் வாசற் கதவை அலாக்காகத் தூக்கி, உள்ளே நுழைந்து மீண்டும் கதவைச் சாய்த்து வைத்தான். சுறுசுறுப்பாக வேலையை ஆரம்பித்தான். தினசரி நடைபெறுகிற வேலை. எனவே, முடுக்கிவிட்ட யந்திரம்தான். கைவைத்த இடத்தில் சாமான் இருக்கிறது. அடுப்பை மூட்டினான். சமையல் மும்முரமாக நடந்தது.

சோற்றை வடித்து வைத்தான். குழம்பு அடுப்பில் தாளம் தப்பாமல் கொதித்துக் கொண்டிருந்தது. நாய் எழுந்து உடம்பை விகாரமாக நீட்டி முதுகை வளைத்துச் சோம்பல் முறித்தது. 'ஹிஸ் மாஸ்டர்ஸ்' நாய் மாதிரி உட்கார்ந்து குழம்பின் வாசனையை ரசித்துக்கொண்டிருந்தது. பண்டாரம் சிரட்டை அகப்பையில் எடுத்து ஊதி ஒரு சொட்டு நாக்கில் விட்டுப் பார்த்தான். கண்ணை மூடிக்கொண்டு ருசியை மூளைக்கு அனுப்பினான். இரண்டு உப்புக்கல்லை எடுத்துக் குழம்பில் போட்டு மீண்டும் கிளறினான்.

நாய் திரும்பிநின்று வாசலைப் பார்த்துக் குரைத்தது. பண்டாரம் திரும்பிப் பார்த்தான். வாசலில் யாரோ நிற்பது தெரிந்தது. "யாரு?" என்றான்.

வந்த மனிதனுக்கு வாசலின் விசேடச் சூத்திரம் தெரியாது. அவன் கதவைத் தள்ளினான். கதவு படீரென்று கீழே விழுந்தது. ஒரு கிழ உருவம் மண்வெட்டியும் கையுமாக உள்ளே வந்தது. பண்டாரம் கிழவனைக் கூர்ந்து கவனித்தான்.

கருவாடு மாதிரி உடம்பு. லாபத் தேவதைக்கு சத்தைக் காணிக்கை கொடுத்து மிஞ்சிய சக்கை. முழங்காலில் நரம்பு முடிச்சுமுடிச்சாய்ப் புடைத்துக்கொண்டிருந்தது. சிகை காடாய் வளர்ந்து கிடந்தது. அரையில் அழுக்குத் துண்டு. காது கொஞ்சம் மந்தம்தான். அந்தக் 'களை' முகத்தில் தெரிந்தது.

"தொலை தூரத்திலிருந்து நடையிலேயே வாறேன். ராத்திரி தலை சாய்க்கணும்."

"எழவு இங்கே வந்து ஏறிடுத்தே" என்று பண்டாரம் முணுமுணுத்தான். கிழவன் அடுப்பு எரிவதைப் பார்த்துக் கொண்டிருந்தான். முகத்தில் செம்மை படர்ந்தது.

"எந்தூரு?"

"பனைவிளை."

"எங்கே போறே?"

"பேரா ..?"

"எங்கே போறேன்னு ..."

"நானா? நான் எங்கே போறேன்னு யாருக்குத் தெரியும்? போக்கத்துப் போறேன்." மேலே கையைக் காட்டியபடி, "எல்லாம் அவனுக்குத்தான் வெளிச்சம்" என்று சொல்லிவிட்டுச் சிரித்தான். கண்ணீருக்குப் பதில் வருமே, அந்தச் சிரிப்பு.

அன்று சமையல் முடிந்ததும், பண்டாரம் கிழவனுக்கும் சோறு போட்டான்.

நாய் ஏமாற்றத்தில் பிரலாபித்துக் கொண்டிருந்தது.

"கிழவன் ஒரு பருக்கையில்லாம வளிச்சிட்டான். சீ, போ!" நாயின் வயிற்றில் எட்டி மிதித்தான் பண்டாரம். நாய் வேதனை தாங்காமல் அழுதது.

"வயத்திலே மிதிக்காதே. அது கொளந்தெ உண்டாயிருக்கு" என்றான் கிழவன்.

"பொல்லாத கிழவன்!" என்றான் பண்டாரம்.

பண்டாரம் மாடக்குழியிலிருந்து சுருட்டை எடுத்து பற்றவைத் தான். வாயிலிருந்து மேகம் மேகமாகப் புகை வெளியேறிக் கொண்டிருந்தது.

கிழவன் தரையைத் தட்டிவிட்டுப் படுத்தான். மறுகணம் தூங்கி விட்டான்.

பண்டாரம் விடியற்காலையில் எழுந்தபொழுது கிழவன் எழுந்திருக்கவில்லை. "கட்டைக்கு நல்ல அலுப்பு" என்று சொல்லிக் கொண்டான்.

என்றுமே காலையில் பண்டாரம் ரொம்ப மும்முரமாகத் தான் இருப்பான். இருட்டு நீங்குவதற்கு முன்னால் பக்கத்துக் குளத்தில் போய் விழுந்துவிட்டு வருவான். சிகையைச் சிக்கெடுத்து மேலே கோதிவிடுவான். சந்தனம் அரைப்பான். மேக்கப் முடியக் குறைந்தது ஒருமணி நேரமாகும். அன்னக்காவடிச் செம்பையும் மணிகளையும் பளபளவென்று துடைத்துவிட்டு வெளியே கிளம்புகிறபொழுது சூரியோதயமாகி விடும். சந்துத் திருப்பத்திலுள்ள முஸ்லீம் ஹோட்டலில் ஸ்ட்ராங் டீ வாங்கிக் குடித்துவிட்டு நடையைக் கட்டுவான்.

அதோடு அன்றைய அலுவல் ஆரம்பமாகிவிடும்!

அன்று பொழுதோடு பண்டாரம் திரும்பிவிட்டான். அவனுக்கு அன்று நல்ல வசூல். கோவிலுக்குள் நுழைந்ததும் ஆச்சரியத்தில் ஸ்தம்பித்துப் போனான். கோவிலைச் சுற்றிப் புல்பூண்டு இல்லை. துப்புரவாக இருந்தது.

கிழவன் ஈர்க்குச்சியால் பல்லைக் குத்தியபடி ஒன்றுமே அறியாதவன் போல் உட்கார்ந்து கொண்டிருந்தான். வாயைத் திறக்கவில்லை. பண்டாரமும் தானாக விசாரிக்கக்கூடாதென்று எண்ணினான். ஆனால் வாயை அடக்க முடியவில்லை.

"என்ன கிழவனாரே, கையும் காலும் எதைச் செய்வோம்னு துருதுருன்னு வருதோ?"

கிழவன் சிரித்தான்.

"சும்மா எவ்வளவு நேரம்தான் சோம்பிக்கிட்டு இருக்க முடியும் சொல்லு. சூம்படைஞ்சு போச்சு. கொஞ்சம் அங்னே இங்னே லாந்திக்கிட்டிருந்தேன். பெறவு, வேலையை ஆரம்பிச்சேன் பாரு. என் மம்மட்டி பளசு, கௌடு தட்டிப் போச்சு. இல்லையின்னா இன்னும் துப்புரவா வேலை செய்யலாம்."

பண்டாரம் எண்ணெய் ஸ்நானம் செய்கிற நாளை சனிக்கிழமை என்று எல்லோரும் சொல்வார்கள். அன்று அவன் வெளியே செல்லவில்லை. கௌபீனத்தை மட்டும் கட்டியபடி எண்ணெய் தேய்த்துக் கொண்டிருந்தான். திரும்பத் திரும்ப உடம்பை உருவி உருவித் தேய்த்தான். பிடரியை

எண்ணெய் போட்டுப் புரட்டினான். தொடையைத் தட்டி விட்டுக் கொண்டான். முழங்கால் குதிரைச் சதையைப் பிசைந்து விட்டான்.

கிழவன் சிறிது மண்ணை அள்ளி அதை ஊதி, பொடி மணலைக் கற்படியில் போட்டு, கத்தி தீட்ட ஆரம்பித்தான். பண்டாரத்தின் முகத்தைப் பாராமலே பேசிக்கொண்டிருந்தான்.

"நாங்க, எங்கப்பன், பாட்டன், பூட்டன் காலத்திலிருந்தே பனையேறிக. கையைப் பாரு, குத்தினா கத்தி எறங்காது. நம்ப வட்டாரத்திலே ஐயா பேரு சொல்லிக் கேட்டாத் தெரியும். பனை எங்கிட்ட பேசும். விடிய விடிய சளைக்காமே ஏறி இறங்குவேன். ஆனா பாரு, போனவருஷம் அநியாயமா சூலைலெ படுக்கையிலெ உளுந்திட்டேன். மண்டைக்காடுக் கொடை நடக்கிற சமயமெல்லாம் ஐயா படுக்கேலெ கெடக்காரு. இப்போ வாசியாயிடுத்து. இருந்தாலும் இப்பம் பனை ஏறக் களியலெ. தெம்பு இத்துப் போச்சு. ஆனா இண்ணைக்கும் ஐயா மண்லெ சொகமா வேலை செய்வாரு. ஆனா யாரு வேலைக்குக் கூப்பிடுதா?"

கத்தி முனையில் லேசாக விரலையோட்டிக் கூர்மை பார்த்தான் கிழவன். பண்டாரம் கொப்பூழில் எண்ணெயை விட்டுக் குடைந்து கொண்டிருந்தான்.

கிழவன் தொடர்ந்து பேசினான்:

"நான் கொளந்த குட்டிக பெத்து சமுசாரியா வளர்ந்தவன். சவுகரியமா, ராஜா கணக்கா இருந்தேன். எப்பமும் எட்டணா சில்லறை முந்தியிலே குலுங்கிக்கிட்டுக் கெடக்கும். அண்ணண்ணாடம் வடிச்சுச் சாப்பிடுவேன். ஆமா, என் பொஞ்சாதி, மாராசி. அவ தங்கம். பத்தரை மாத்துத் தங்கம். சும்மா சொல்லப்படாது. பாக்கியவாட்டியெ நெனச்சாலே சோறு கிடைக்கும். மொகம் சுளிக்கமாட்டா. நான் சூலை வந்து உளுந்ததும் கைப்புள்ளே கணக்கா என்னைப் பாத்தா. அவளுக்குச் சாக்கோட்டி வந்தா நான் பொறுக்க மாட்டேன். திடீர்னு ஒருநா மண்டையைப் போட்டுட்டா."

சிறிதுநேரம் கிழவன் மௌனம் சாதித்தான். திடீரென்று உரத்த குரலில் உணர்ச்சி பொங்க, "சண்டாளி! நான் திண்டாடணும்னு தானே தன்னந் தனியாத் தவிக்க விட்டுப் போட்டுப் போயிட்டே! என்ன பாடு படுதேன்னு ஒனக்குத் தெரியுமா? கடவுளுக்குத்தான் பொறுக்குமா?" என்றான்.

கண்களில் நீர் துளிர்த்துவிட்டது.

அக்கரைச் சீமையில்

பண்டாரம் பாதி வாயைத் திறந்தபடி தன்னை மறந்து, தொலைவில் நடந்துகொண்டிருந்த கோழிகளின் கூட்டுக்களியைப் பார்த்துக்கொண்டிருந்தான்.

கிழவன் உதட்டைக் குவித்து, கத்தியை லேசாக உதட்டில் அழுத்திக் கூர்மை பார்த்தான்.

"நமக்குப் புள்ளைக ஒண்ணும் கூறில்லை. நமனா வந்து பொறந்திருக்கு. ஒரு பய பனையிலேருந்து வுளுந்து செத்தே போனான். இன்னொரு பய பெரிய சம்புலிங்கம். பய ஒரு அவிசாரியைக் கூட்டி வச்சுக்கிட்டிருக்கான். அவனெ நெனச்சா எரியுது. தாய்க்காரி செத்ததும், பய எங்கிருந்தோ வந்து சாடிட்டான். அவ காதிலே ஒரு பாம்படம் கெடந்தது பாத்துக்க. அதெக் களத்த முடியலெ. எக்கச் சக்கமா சிக்கிக்கிட்டது. இந்தத் துரோகிப் பய, சண்டாளப் பயலுக்குப் பொறந்த பய, நாய்க்கு . . . நான் சொல்லலெ . . . சாமிக்கு முன்னாலெ சொல்லப்படாது . . . காதெ அறுத்து அதை எடுக்கணும்னு 'ப்ளான்' போட்டுட்டான். இது தெரிஞ்சுது எனக்கு. அந்தாலெ எனக்கு மூதேவி வந்துடுத்து. அரிவாளை வீசிக்கிட்டுப் போனேன். லேய், அவ காதெத் தொட்டியோ, என் ஐயாவாணெ, துண்டு துண்டாக் கொத்திப் போட்டுடுவேன். வெம்பா செத்துப் போகாதே அப்பிடீன்னேன். பய பயந்து, மறுநா நைஸா பம்மிட்டான்."

பண்டாரம் சூள்கொட்டிவிட்டு, குளிக்கப் புறப்பட்டான்.

"பாரு, எனக்கு நாதியில்லெ. வேறெ யெல்ப்புக்கு ஆளில்லை. இருபது வருஷம் பனைவிளை பெரியநாடார் பனைகளிலெ ஏறி ஏறி எறங்கினேன். இண்ணைக்கு சீவனில்லேனு தெரிஞ்சதும் திரும்பிக்கூடப் பாக்கமாட்டேங்காரு. நானும் அவரிட்டெ அளாத வண்ணம் அளுதாச்சு. காலணாத் தர முடியாதுன்னு கண்டிஸனா சொல்லிப் போட்டாரு."

பண்டாரம் குளிக்கப் போனான். கிழவன் மண்வெட்டியை எடுத்துக்கொண்டு புறப்பட்டான்.

"கொஞ்சம் வெளியிலெ லாந்திட்டு வாறேன்" என்றான்.

பண்டாரம் கடைத்தெருவில் ஒரு நோட்டு வாங்கி, பள்ளி மாணவனொருவனைக் கொண்டு ஒரு விண்ணப்பம் எழுதச் சொன்னான். "மாடன் கோவில் கொடை வருது. எல்லா வருஷம்போல் இந்த வருஷமும் சிறப்பாகக் கொண்டாட வேணும். பெரிய மனுசாள் உதவி பண்ண வேணும்."

இரவு ஒரு மூட்டைச் சாமானோடு பண்டாரம் கோவிலுக்குத் திரும்பினான். பலசரக்கு, அலங்கார சாமான்கள், வேஷ்டி, துண்டு . . .

அன்று சமையல் வெகு விசேஷம். பிரியாணி வைத்தான். மீன் சாப்பிட்டு ரொம்ப நாட்கள் ஓடிவிட்டது. அன்று அருமையான சாளைமீன் வாங்கிக்கொண்டு வந்திருந்தான். ஒரு அடுப்பில் இறைச்சி வெந்துகொண்டிருந்தது. மசாலையின் வாசனை கமகமவென்று வீசிக்கொண்டிருந்தது.

கிழவன் அன்று வெகுநேரம் பிந்தி வந்தான்.

"என்ன இண்ணைக்கு இவ்வளவு நாளி?"

"வெசயம் இருக்கு."

பண்டாரம் திரும்பிப் பார்த்தான். கிழவன் ஈரத்துண்டைப் பிழிந்துகொண்டிருந்தான்.

"என்ன, இப்பொத்தான் முளுகினயோ? பாதி ராத்திரி!"

"எனக்கு இப்பொத்தான் சவுகரியம் பாத்துக்க. உடுமாத்துக்கு வேட்டியில்லெ. இருட்டில குளிச்சா, படித்துறையிலே ஒக்காந்து சொகமா வேட்டியே காயவச்சுக் கட்டிக்கிட்டு வரலாம்."

இருவரும் சாப்பிட அமர்ந்தனர்.

"மீன்குழம்பு ரொம்ப பிரமாதம். ஆஹா, ரொம்ப ஜோர்" என்று சொல்லியவாறே பண்டாரம் சமத்காரமாகச் சாப்பிட்டான். கிழவனும் பசியைத் தணித்துக்கொண்டான்.

அன்றும் நாய் ஏமாந்தது.

"ஆமா, இண்ணைக்கு எங்கே போயிருந்தே, மம்மட்டியையும் தூக்கிக்கிட்டு?"

"இண்ணைக்கு நெடுக வடக்கே பாத்து வண்டியை வுட்டேன். நம்ம மாந்தோப்பிலிருந்து தெக்கே மலையைப் பாத்து ஒரு பாதை போகுது பாரு, அங்ஙெ ஒரு எடத்திலே ஐயா வேலை ஆரம்பிச்சிருக்காரு."

"ஐயா என்ன வேலை ஆரம்பிச்சிருக்காரோ?"

"பாரு, அந்தப் பாதையிலே வண்டித்தடம் கெடக்கு. குடிசனங்க நடமாட்டமுள்ள எடமாத் தெரியுது. அடிக்கடி பார வண்டியும் போகுது. வில் வண்டியும் போகுது, சைக்கிளு வண்டியும் போகுது. பக்கத்து மலையிலே ஆணும் பெண்ணும் குஞ்சும் குளுவானுமா கல் ஒடைக்குது. என்ன, கேக்கியா?"

“ம் . . .”

“நானும் சுத்திப் பார்த்தேன். ரோசிச்சு ரோசிச்சுப் பார்த்தேன். சரி அப்டினு வேலையைத் தோக்கிட்டேன். ரெண்டாவது மைல் கல்லுக்கிட்டே ஒரு ஆலமரம் கிளை வீசி நிக்குது பாரு, அங்கேயே தான் . . .”

“என்ன வேலைன்னு சொல்லு, கதை அளக்காமெ.”

“சரியாப் போச்சு. கதையா அளக்கேன்? சம்சாரமில்லா பேசுதேன். பாரு, அந்தச் சுத்து வட்டாரத்திலெ ரெண்டு மைலுக்கு ஒரு கிணறு இல்லை. தண்ணியில்லாக் காடு. மலையிலெ வேலை செய்யுற பொம்புளைங்களெல்லாம் ரெண்டு மைல் தொலையிலேருந்து தண்ணி கொண்டாருதெப் பாத்தா பாவமாயிருக்கு. இண்ணைக்கு ஒரு பொம்புளை தண்ணியெப் பூராவும் குடிச்சிட்டியே, பாவிப் பயலே அப்படீன்னு வைதுகிட்டுக் கொளந்தயெப் போட்டு அடி அடீன்னு அடிச்சா பாரு, எனக்கு மனசு நொடிஞ்சுபோயிட்டு. நீதான் சொல்லு, தண்ணியில்லாம ஒரு நாளி களியுமா?”

பண்டாரம் சுருட்டை எடுத்துப் புகைத்தான்.

கிழவன் மண்ணிலிருந்து ஒரு சிப்பியை எடுத்து, காலைச் சொறிந்து கொண்டான். காலில் வெள்ளைக் கோடுகள் விழுந்தன.

“எப்படியும் அங்னெ ஒரு கிணறு தோண்டணும் . . . ஆமா.”

“ஓஹோ” என்றான் பண்டாரம் கேலியாக.

மறுநாள் காலையில் தான் புதிதாக வாங்கிக்கொண்டு வந்திருந்த வேஷ்டியைப் பண்டாரம் கட்டிக்கொண்டான். பண்டாரத்தின் பழைய வேஷ்டியைக் கிழவன் எடுத்துக் கொண்டான். பண்டாரத்திடம் தயங்கித் தயங்கி இரண்டணா வாங்கிக்கொண்டு போய் க்ஷவரம் பண்ணிக்கொண்டு வந்தான்.

“ஏய் கிழவா, துட்டுக்கு மாச்சப்பட்டுத் தலையை மழுங்கச் செரச்சிட்டியே.”

“இனிமே ரெண்டு மாசத்துக்குக் கவலை இல்லை.” கிழவன் மண்டையைத் தடவிவிட்டுக் கொண்டான்.

“மம்மதக் கொரங்காட்டாம் இருக்கு!” என்றான் பண்டாரம்.

ஒவ்வொரு நாளும் கிழவன் தவறாமல் வேலைக்குச் சென்றான். பகல் முழுவதும் வெயிலில் கடினமான உழைப்பு. இரவு மட்டும் ஒருவேளைச் சாப்பாடு.

கிழவனுக்கு இப்பொழுது எந்த நேரமும் ஒரே சிந்தனை. எப்படியும் கிணற்றை தோண்டிவிடவேண்டும்.

அதே சிந்தனை. அதே பேச்சு. அதே வேலை.

"இண்ணைக்கு கிட்டத்தட்ட ஓரடி தோண்டிப் போட்டேன், ஆமா!"

"மேலாக மண்ணு புலுபுலுனு இருக்கும். போகப்போக, குறுக்கு அத்துப்போகும். கரிசல் காடாக்கும். இருந்தாலும் கிழவன் தோண்டிப் புடுவான். உயிர் கெடந்ததுன்னா தண்ணியைப் பாத்துடுவான்."

"ஒனக்கு வேறே சோலியில்லே? வயசு காலத்துலே சும்மா கெடந்து களியாமே ... ஒன்னாலே கிணறு தோண்டக் களியுமா? அட பயித்தியாரக் கெளவா!"

"பொறு பொறு, போகப் போகத் தெரியும்."

நாட்கள் யாருக்காக நிற்கும்?

ஒவ்வொரு நாளும் கிழவன் தன்னுடைய கிழட்டு மண் வெட்டியைப் பழுதுபார்த்தவாறே சுயவேலையைப் பற்றிப் பேசிக்கொண்டிருந்தான்.

"இப்பம் பாரு, மம்மட்டி மண்லே லேசா புடிக்க மாட்டேங்குது. ஒரு மாதிரி செவப்பு மண் வருது. மம்மட்டியே அலாக்காக தூக்கித் தள்ளுது, பாத்துக்க."

"தள்ளும் தள்ளும், கையிலே வலுவில்லேன்னா தூக்கித் தள்ளத்தானே செய்யும்."

"பண்டாரம், இன்னா பாரு. ஒரு மாதிரி எடக்குப் பேச்செல்லாம் எங்கிட்டே வச்சுக்கிடாதே. பொடி வச்சுப் பேசுறதெல்லாம் எனக்கு வள்ளிசாப் புடிக்காது. இந்த உடம்பு வைரம்டா, வைரம். பழைய மண்ணாக்கும்." கிழவன் வலது கையால் இடது தோள்பட்டையில் தட்டிக்கொண்டான்.

பண்டாரத்திற்குக் கிழவனுடைய பேச்சு அலுத்து விட்டது. கிழவன் வாய் ஓயாமல் கிணற்று வேலையைப் பற்றியே பேசிக்கொண்டிருந்தான்.

அன்று காலை நல்ல மழை.

பண்டாரம் வேஷ்டியை அவிழ்த்து முகத்தையும் மூடிப்போர்த்தியபடி தூங்கிக்கொண்டிருந்தான்.

கிழவன் வழக்கம்போல் எழுந்திருந்து செங்கற்பொடியால் பல்லை விளக்கினான்.

மழை விடாது பெய்துகொண்டிருந்தது.

"குழியிலே தண்ணி தேங்கிட்டா வேலை முடங்கிப் போயிடுமே" என்று முணுமுணுத்தான் கிழவன். நிலை கொள்ளாமல் குமைந்தான். தலையை நீட்டி, வானத்தைப் பார்த்தான். ஏதோ தனக்குத்தானே சொல்லிக் கொண்டான்.

மழை சற்று ஓய்ந்தது.

பண்டாரம் லேசாகக் கண்ணைத் திறந்து பார்த்தான். கிழவனைக் காணவில்லை. "கிழடுக்குப் பயித்தியம் புடிச்சிட்டுது. கிணறு தோண்டுதானாம்! மழை பெய்யுது. சொகமா இழுத்துப் போத்திக்கிட்டுத் தூங்காமே மம்மட்டியையும் தூக்கிட்டு ஓடியிருக்கு. இதுகள்ளாம் உலகத்திலே சொகத்துக்குப் பொறக்கலே. எப்படியும் நாசமாப் போகட்டும், நமக்கென்ன" என்று முணுமுணுத்தான்.

இரவு கிழவன் உற்சாகத்தோடு விஷயத்தைச் சொல்ல ஆரம்பித்தான்.

"எங்கண்ணாணெ, எனக்குப் பயம் புடிச்சுட்டு. போய்ப் பாக்கேன், தண்ணி துளும்பி நிக்கு. மளையானதாலே கல் ஒடச்சிட்டிருந்த பொம்புளைங்களெல்லாம் திரும்பிச்சு. அதுக வந்து வேடிக்கை பாத்துட்டு நின்னுது. பெறவு அதுகளும் கூட பட்டையாலே தண்ணியெ எடுத்து ஊத்த ஆரம்பிச்சுதுங்க. ஒரு நொடியிலே வேலை முடிஞ்சு போச்சு."

"ம் . . ."

"பாரு, என்னைக் கேலி பண்ணுது, குட்டிக. இன்னும் அஞ்சாறு அடி தோண்டாமே தண்ணியைப் பார்க்க முடியாதே, நீ என்னமா இந்த வேலையை இளுத்துப் போட்டுக்கிட்டே அப்டீனு கேக்குது. சிரிக்குது குட்டிக."

"ஓஹோ."

"தன்னந்தனியா ஒரு கெளவன் கிணறு தோண்டினான்னு அவ கேள்விப்பட்டதேல்லையாம். ஒரு வயசான பொம்புளை சொல்லுதா. நீ இதைத் தோண்டிப்புட்டயோ! ஒரு சரியான ஆம்புளெதான் அப்டீங்கா."

"நானும் அதைத்தான் சொல்லுதேன். ஒனக்கு வயசு காலத்திலே சிவனேன்னு இருக்கப்படாதா?"

"இன்னாப்பாரு, திரும்பத் திரும்ப அந்தப் பேச்சையே பேசுதியே. நான் நாப்பது வருஷம் சளைக்காமெ வேலை செய்தவன். ஒரு நா குந்தியிருந்து தின்னவனுல்லை.

இண்ணைக்கு மட்டும் அப்படி இருக்கணும்னா முடியுமா சொல்லு. எனக்கு அது பளக்கமில்லை.”

கிழவன் ஒரு நாள் இரவு வெகுநேரம் வரவில்லை. எப்பொழுது வந்து படுத்துக்கொண்டான் என்பதும் பண்டாரத்திற்குத் தெரியாது.

“நேத்து நல்ல நிலா, பாரு. என்னையே மறந்து வேலை செஞ்சிட்டிருந்தேன். போகப் போக ரொம்பக் கயிஷ்டமாகத் தான் இருக்குது பாத்துக்க. ஒவ்வொரு கூடையா மண்ணை அள்ளி வெளியே ஏறிவந்து தட்டணும். திரும்பவும் உள்ளே எறங்கணும். திரும்பவும் மண்ணை வாரிக்கிட்டு மேலே ஏறணும் . . . எத்தனை மட்டம் ஏறி எறங்கவேண்டியிருக்கு . . . கூட ஏந்தலுக்கு ஒரு ஆள் இருந்தா சுளுவா இருக்கும். இல்லாட்டாலும் கௌவன் விடமாட்டான். ஐயா கடேசி வரை ஒரு கை பார்க்கத்தான் போறாரு.”

சில நாட்களுக்குப் பின்னால் ஒரு நாள் கிழவன் ஒரு நீளமான கயிற்றைக் கால் கட்டைவிரலில் இடுக்கியவாறு முறுக்கிக்கொண்டிருந்தான்.

“இது எதுக்கு?”

கிழவன் லேசாக சிரித்துக்கொண்டான்.

“இப்பம் கயிறு போட்டுத்தான் கீழே எறங்கணும்.”

“அப்படியா? நாலடி தோண்டியிருப்பயா?”

“நாலடியா? நான் இப்பம் குளிலே நின்னா என் தலை வெளியிலே நடமாடறவங்களுக்குத் தெரியாது வேய், தெரியாது!”

“சபாசு!”

கிழவனுக்கு தாடி வளர்ந்துவிட்டது.

கோயிலைச் சுற்றிப் பழையபடி புல் பூண்டு, எருக்கு . . . ஒரே குப்பை.

சற்றுத் தொலைவில் நாய் மூன்று குட்டி போட்டு, பால் கொடுத்துக் கொண்டிருந்தது.

ஒற்றையடிப் பாதை வழியாகக் கிழவன் வந்துகொண்டிருந்தான். பழைய உடம்பில் பாதி இல்லை. நடையில் ஆட்டம் கண்டுவிட்டது.

கோவில் உள்ளே சென்றதும், தன் தோள்மேல் போட்டிருந்த மூட்டையைப் பண்டாரத்தின் முன்னால் வைத்தான்.

“என்னது?”

கிழவன் சிரித்தான்.

“அட என்னது? சமயலுக்கு எதனாச்சும் வாங்கிக்கிட்டு வந்திருக்கியா?”

பண்டாரம் மூட்டையைத் தொட்டுப் பார்த்தான்.

“என்னது? அவலா? நனஞ்சுப்போய்க் கெடக்கே.”

கிழவன் இடிஇடியென்று சிரித்தான்.

பண்டாரம் மூட்டையை அவிழ்த்து விளக்கடியில் கொண்டுபோய் பார்த்தான்.

“அட கிழவா, மண்ணைப்போய் அள்ளிக்கிட்டு வந்திருக்கியே! வெயில் அடிக்க அடிக்க ஒரு மாதிரியா வருதோ?”

“ஒரு மாதிரியும் வல்லே தம்பி. கொஞ்சம் கையிலே எடுத்துப் பாரும். ஈரமா இருக்குதான்னு பாரும்.”

பண்டாரம் புரிந்துகொண்டான்.

“ஈரமா இருக்கில்லே? ஊத்து கண்டுடுத்து. அருமையான ஊத்து. கன்னுபோட்ட கறாச்சி மாட்டுக்குச் சொரப்பு வந்தாலே வருது. இன்னும் ரெண்டு நாளிலே தண்ணி சுர்னு மேலே ஏறிடும். கொஞ்சம் ஆழமாத்தான் தோண்டணும். இந்த வட்டாரத்திலே வேறே எந்தக் கிணத்திலே தண்ணி வத்தினாலும் அய்யா தோண்டின கிணத்திலே தண்ணி வத்தப்படாது. வைரவன் பண்டாரம் குடத்தைத் தூக்கிக் கிட்டு ஓடணும். அண்ணைக்குக் கேலி செஞ்ச பொம்புளைங் கெல்லாம் தண்ணியெ அள்ளி அள்ளிக் குடிக்கணும் . . . ஆமா.”

ஒவ்வொரு நாளும் கிழவன் தெம்பாக நனைந்து வந்தான்.

ஒருநாள் இரவு.

“நான் இண்ணைக்கு உன் வேலையை வந்து பாக்கலான்னு இருக்கேன்.”

கிழவனுக்கு ரொம்ப சந்தோஷம்.

“வாய்யா வா! ரெண்டு பேரும் சேர்ந்து போகலாம். நீ வந்து பாக்கணும் அய்யா அங்கே செஞ்சிருக்க வேலையெ!”

பண்டாரம் கிணற்றுப் பக்கம் போனதும் ஸ்தம்பித்துப் போனான். வண்டி வண்டியாய்ப் பல நிறங்களில் மண் அம்பாரமாகக் குவிந்து கிடந்தது. இவ்வளவு மண்ணையும் கிழவனே வெட்டி, கிழவனே கூடையில் வாரி, கிழவனே

◆ 92 ◆ சுந்தர ராமசாமி

வெளியே ஏறித் தட்டியிருக்கிறான் என்பதை அவனால் நம்ப முடியவில்லை. கற்பனை செய்தும் பார்க்க முடியவில்லை.

"அட பாவி மனுசா! இந்தத் தள்ளாத வயசுலே ராட்சச வேலையில்லா செய்திருக்கே! மனுச காரியமா? அம்மாடி!"

இருட்டு பரவிக்கொண்டிருந்தது.

"இன்னா பாரு" என்று சொல்லியவாறே கிழவன் ஒரு கல்லைத் தூக்கி கிணற்றில் போட்டான்.

'களுக்.'

"சத்தம் கேட்டுதா? கேட்டுதா?"

"கேட்டுது. நிறைய தண்ணி கெடக்கு!"

மறுநாள் கிழவனுக்கு நல்ல இருமல். சாப்பிடாமல் படுத்துக் கொண்டான்.

பண்டாரம் வெளியே செல்கிறபொழுது, "இண்ணைக்கு நீ வெளியே போகவேண்டாம். பேசாமக் கெட. நல்ல இருமல் புடிச்சிருக்கு" என்றான்.

ஆனால் இரவு அவன் வருகிறபொழுது கிழவனைக் காணவில்லை. அவனால் போகாமல் இருக்க முடியாது என்று பண்டாரம் சொல்லிக் கொண்டான்.

மறுநாள் கிழவனுக்கு நல்ல காய்ச்சல். எழுந்து நிற்கக்கூடச் சீவனில்லை. பண்டாரம் நெற்றியில் கை வைத்துப் பார்த்தான். அனல்!

பண்டாரம் உள்ளூரப் பயந்தான்.

"டாக்டரெ கூட்டிக்கிட்டு வரட்டுமா?"

"வேண்டாம். டாக்டர் மருந்தெ நாங்க தலைமுறை தலை முறையாக் குடிச்சதில்லெ. என் பெஞ்சாதி உசிரு போனாலும் தொடமாட்டேன்னா. எனக்கு மட்டும் எதுக்கு?"

அன்று இரவு முழுவதும் கிழவன் புலம்பிக்கொண்டிருந்தான்.

"இன்னும் கொஞ்சம் ஆளமாத் தோண்டியிருக்கலாம் . . . இப்போ ஒண்ணும் குத்தமில்லே . . . தண்ணி லேசுலெ வத்தாது . . . ஆனா . . ."

"பொலம்பாமக் கெட."

மறுநாளும் காய்ச்சல் தணியவில்லை. அன்று பண்டாரம் வெளியே போகாமல் கிழவன் பக்கத்திலேயே உட்கார்ந்து கொண்டிருந்தான்.

வெயில் ஏறஏற காய்ச்சல் ஏறிக்கொண்டிருந்தது.

பகல் இரண்டு மணிக்குக் கிழவன் கண் விழித்தான் "வைரவன் பண்டாரம்" என்று தெளிவாகக் கூப்பிட்டான். பண்டாரம் பக்கத்தில் வந்து உட்கார்ந்துகொண்டான்.

"பண்டாரம், நீ ரொம்ப நல்ல மனுசன்தாய்யா. இவ்வளவு நாளும் எனக்கு தண்டச்சோறு போட்டே பாரு, என் மனசுக்கு ரொம்ப ஆறுதலு. கடேசிக் காலத்திலே நான் ஆரம்பிச்ச வேலையும் அளகா முடிஞ்சுபோச்சு. நீ எனக்கு ரொம்ப ஏந்தலா இருந்தே. நான் ஒண்ணு சொல்லுவேன், செய்வியா?"

"செய்யறேன்."

"அந்தக் கிணத்திலிருந்து ஒரு குடம் தண்ணி எடுத்துக்கிட்டு வருவியா?"

பண்டாரம் கோயில் குடத்தையும் கயிற்றையும் எடுத்துக் கொண்டு ஓடினான். மாலையில் தண்ணீரோடு திரும்பினான்.

"கொஞ்சம் தண்ணி கொடு" என்றான் கிழவன்.

"காய்ச்சலில்லா?"

"காய்ச்சலுக்கு அதுதான் மருந்து."

பண்டாரம் தண்ணீரைக் கிழவன் வாயில் ஊற்றினான்.

"தண்ணி நல்லாயிருக்கு. கடுப்பு ஒண்ணுமில்லே. இன்னும் கொஞ்சம் ஊத்து. நீயும் குடிச்சுப் பாரு."

பண்டாரம் தண்ணீரைப் பருகினான்.

"எப்படியிருக்கு?"

"அமிர்தமா இருக்கு" என்றான் பண்டாரம்.

பண்டாரம் கிழவன் நெற்றியில் விபூதியைப் பூசியவாறே சொன்னான்.

"நான் தண்ணி எடுக்கப் போயிருந்தேனில்லே? அப்ப ஒரு கல்யாணக் கோஷ்டி ஆலமரத்தடியிலே வண்டியெ அவுத்துப் போட்டுக் கட்டுச்சாதம் சாப்பிட்டுக்கிட்டிருந்தது. நான் தண்ணி எடுத்ததும் ஆணும், பெண்ணும், கொளந்தகளும் என்னை வந்து சுத்திட்டுது. எல்லாம் தாகமெடுத்துத்

தவியாத் தவிச்சுக் கெடந்திருக்கு. ஒரு சின்னக்குட்டி ஓடியாந்து தண்ணியெ ஆசையோடே குடிச்சுப் போட்டு, தண்ணி நல்லாருக்கு நல்லாருக்குன்னு சொல்லிச்சு!"

"அப்படியா?"

"பெறவு அந்த வூட்டுக்கார அய்யாவே வந்தாரு. ரெண்டு வருஷம் முன்னாடி அவங்க அந்தப் பாதை வளியா போனாங்களாம். அப்பம் கிணறு இல்லியே, இப்பம் எப்படி வந்ததுன்னு கேட்டாரு. நான் கதையைச் சொன்னேன். ரொம்ப சந்தோஷப்பட்டாரு. ஒரு கெளவன் தன்னந் தனியாகத் தோண்டிப்புட்டானா! அப்படீனு எல்லோருக்கும் ஒரே ஆச்சரியம். அவரு தன் சொந்தச் செலவிலே கல்லும் சுவரும் கட்டி, கயிறும் பட்டையும் போட்டுத் தாறேன்னு சொல்லி யிருக்காரு."

"அப்படியா!"

"ஆமா."

"நெசம்தானா? அப்படீன்னா ரொம்ப நல்லாப் போச்சு. பெரிய வங்க பல நெனப்பிலே இருப்பாங்க. நீதான் போய் முடுக்கி எதமா விஷயத்தை முடிச்சுப்போடணும். செய்வியா?"

"செய்யறேன்."

"அரைச் சுவரைக் கொஞ்சம் ஒசரமாக் கெட்டச் சொல்லு. குஞ்சும் குளுவானுமா மலைக்கு வேலைக்குப் போற பாதை."

"சரி."

அன்று இரவு கிழவன் கண்ணை மூடினான்.

மறுநாள் இரவு வழக்கம்போல் பண்டாரம் சோறு பொங்கிக் கொண்டிருந்தான். ஆனால் அவனால் சாப்பிட முடியவில்லை. ஏதோ ஒரு மகத்தான சம்பத்தை இழந்தது போன்ற நினைவுகள் மனத்தைப் பிழிந்தெடுத்தன. திடீரென்று அவனுக்கு உணர்ச்சி பொங்கிற்று. கல்தூணில் தலையைச் சாய்த்துக் கொண்டு அழுதான்.

நாய்க்கு மட்டும் அன்று ஏமாற்றமில்லை.

***சாந்தி*, 1955**

கைக்குழந்தை

"ஹச்..."
"ஒண்ணு..."
"ஹச்..."
"ரெண்டு."
"ஹச்..."
"மூணு."
"ஹச்... ஹச்."
"நாலு... அஞ்சு."

ராஜி சிரித்தாள்.

சாமுவும் சிரித்தார்.

துண்டால் முகத்தைத் துடைத்தார் சாமு. காகிதம் மாதிரி வெள்ளை வெளேரென்றிருந்த முகம் குங்குமமாயிற்று. மூக்கைப் பிழிந்தார். மூக்கு நுனி குப்பென்று சிவந்தது.

"நான் சொன்னது சரியாப் போச்சா?"
"என்னாது?"
"காத்தாலெ என்ன சொன்னேன்?"
"என்ன சொன்னே?"
"சொன்னேன், நெல்லுக்குள்ளே அரிசி இருக்குன்னு. கேக்கறதெப் பாரு, குழந்தை மாதிரி."

சிரிப்பு.

“எடுத்து எடுத்துச் சொன்னேன். குழந்தைக்குச் சொல்றாப்லெ. கேட்டேளோ? மோறையும் மூஞ்சியும் பாத்தா நன்னால்லே, ஜிவ்ஜிவ்னு சிவந்துண்டிருக்கு. குளிக்காதெங்கோ. குளிக்காதெங்கோனு அடிச்சுண்டேன். படிச்சுப் படிச்சு நூறாயிரம் தடவை சொன்னேன். கேட்டாத்தானே?”

“ம் . . .”

“என்னாது ‘ம்’? காகறி வாங்கப் போனேன் வாசலுக்கு. கண் தப்பித்து. என்னை யார்டா அடக்கறதுனு மார்தட்டிண்டு குளுந்த தண்ணியெ ஊத்திண்டேள்.”

“ஹச்.”

“பாத்ரூம் வாசலெ வந்து தொண்டை கிழிய, வெளியிலே வாங்கோ வாங்கோனு முட்டிண்டேன்.”

“ம்.”

“மடப்பள்ளிக்காரனாட்டமா சொட்டச் சொட்ட தலையும் தண்ணியுமா வந்து நின்னேள். வச்ச எண்ணையும் தலையிலே அப்படியே இருந்தது. அப்பவே நெனச்சேன்.”

“நீ தான் தலையெ துவட்டிவிட்டியே.”

“துவட்டினேன்.”

“தலையிலே பொடிவச்சு தேச்சியே.”

“தேச்சேன்.”

“என்னாச்சு?”

“அதெத்தான் நானும் கேக்கறேன். இப்போ என்னாச்சு?”

“ம், என்னாச்சு?”

“என்னாச்சுனு கேக்கறேன்.”

“ஒண்ணும் குடிமுழுகிப் போயிடலெ . . . ஹச்.”

“ஹச் . . . ஹச்.”

“ஹச் . . . ஹச்.”

சிரிப்பு.

சிரிப்பு.

சாமு கட்டிலில் போய்ச் சாய்ந்தார். ராஜியின் பார்வை அவர் உடம்பில் ஓடிற்று. நல்ல குளிர்ந்த சரீரம். நல்ல சதைப் பிடிப்பு. தளதளப்பு. அங்க அவயவங்களில் நிறைந்த பெண்மை.

சதா வியாதிதான். கொல்கிற வியாதியுமில்லை; வதைக்கிற வியாதியுமில்லை. ஏதோ வந்துவிட்டு வந்த சுவடு தெரியாமல் போய்விடும். நோய் படுத்துகிற உடம்பு என்று சொன்னால் நம்பமாட்டார்கள். லேசான சிச்ருஷையா! பராமரிப்பு அப்படி. யாருக்கு நடக்கும்..?

நெஞ்சில் கைவைத்துப் பார்த்தாள். லேசான உஷ்ணம்.

எதிரே இருந்த சுவர் அலமாரியைத் திறந்தாள். மருந்துக் கொலு. தினுசு தினுசாகப் புட்டிகள். விதவிதமாக மருந்துகள். அலோபதியும், ஹோமியோபதியும், தன்வந்திரியும், அஷ்டாங் கிருதமும் கூடிக் குலவுகின்றன.

ஒரு புட்டியை எடுத்துக்கொண்டு வந்தாள். மூடியைத் திறந்துவிட்டு முகர்ந்து பார்த்தாள்.

"எழுந்திருங்கோ."

எழுந்து உட்கார்ந்து கொண்டார்.

புட்டியிலிருந்து தைலத்தை உள்ளங்கையில் விட்டு, உச்சியை அழுத்திப் பிடித்தவாறே நெற்றிப்பொட்டில் கரகரவென்று தேய்த்தாள்.

குப்பென்று தைலத்தின் வாசனை வியாபிக்கிறது.

சாமுவின் கண்களில் நீர் தேங்கிற்று. ராஜி உள்ளங்கையை அவர் மூக்கிற்கு அடியில் வைத்துக்கொண்டாள்.

"மூச்சை மேலே இழுங்கோ."

இழுக்கிறார்.

"நன்னா இழுங்கோன்னா."

"தலையைக் கிறுகிறுங்கிறது."

"சரி சரி... இழுங்கோ மேலே."

"ஹச்... ஹச்... அம்மாடி!"

புட்டி அலமாரிக்குள் சென்றது.

"உடம்பு அடிச்சுப் போட்டாப்லே வலிக்கிறது."

"இன்னிக்குப் பூரா படுத்துண்டிருக்கணும், அலட்டிக்காமே."

சாமு கால்களை மடக்கி, கையைச் சொருகியபடி படுத்துக்கொண்டார்.

ராஜி போர்வையால் போர்த்தினாள்.

“நிம்மதியா தூங்குங்கோ. முழிச்சதும் எல்லாம் விட்டுடும். நான் போய்க் கஞ்சி போடடறேன்.”

“கஞ்சியா ..? உவ்வே ...”

“அம்மாடி ... சின்னக் குழந்தை கஞ்சி குடிக்குமோ?”

“ஐயோ, கஞ்சி வேண்டாம், கஞ்சி கஞ்சி காடி.”

“ஆமாம். வியாதி வந்தா கஞ்சி குடிப்பாளோ? சேச்சே! தப்பு, தப்பு. பாயாசமும், வெங்காய சாம்பாரும், பொடிமாஸும் பண்ணி சமைக்கிறேன். சட்டமா சாப்பிடுங்கோ. சாப்பிட்டுட்டு நூத்திநாலு டிகிரி காய்ச்சலிலே, எங்கேயோ கொண்டு போறதே, எங்கேயோ கொண்டு போறதேனு பொலம்பிண்டு கெடங்கோ. நானும் கிட்ட உட்கார்ந்து அழுதுகொண் டிருக்கேன்.”

சாமு அயர்ந்தார்.

அன்று ஞாயிற்றுக்கிழமை.

“எனக்கு வாழ்க்கேலே இந்த ஒரு சமயத்திலேதான் தற்கொலை பண்ணிக்கணும்னு தோண்றது.”

“எப்போ?”

“கஞ்சி மொகத்திலே விழிச்சதும்.”

“கஞ்சி கைகண்ட மருந்து. வியாதியை வெரட்டி அடிச்சிடும்.”

“கஞ்சி குடிச்சு வியாதியை வெரட்டி அடிக்கறதை விட, கஞ்சி குடிக்காம வியாதிலே அவஸ்தைப்படறது தேவலைனு படறது எனக்கு.”

“படும், படும். கெட்டின பெண்டாட்டி நர்ஸா மாறிட்டா எல்லாம் படும்.”

முன்னால் வெள்ளிக் கும்பா நிறையக் கஞ்சி. ஒரு சிறு இலையில் சுண்டைக்காய்ப் பருமன் துவையல் உட்கார்ந்து கொண்டிருக்கிறது.

சாமு இரண்டு கண்களையும் கை விரல்களால் அகலத் திறந்து பிடித்துக்கொண்டு “துவையல் எங்கிருக்கு தெரியலையே! வரவர பார்வை மங்கிப்போச்சு” என்றார்.

“கஞ்சி எங்கிருக்குனு தெரியறதோ இல்லையோ? சூடு ஆறறதுக்கு முன்னாலே மடமடனு எடுத்து விட்டுக்குங்கோ, கண்ணை மூடிண்டு.”

"ராஜி, இன்னிக்கு அப்பளாம் பொறிச்சிருக்கியோ?"

"ஓஹோ!"

"இல்லே, கேக்கறேன்."

அவள் ஒரு பெருமூச்சு விட்டாள்.

"நான் நெனச்சேனா இப்படி ஆயுடும்னு. உங்களுக்கும் வியாதி திடீர் திடீர்னு முளைச்சுடறது. தினசரி ஆபீஸ் ஆபீஸ்னு அடிச்சுண்டு ரெண்டு பருக்கை கொறிச்சுட்டுப் போவேள். இன்னிக்கு ஞாயிற்றுக் கிழமையா இருக்கே, ஆற அமர சாப்பிடுவேள்னு ரெண்டு கறி வச்சு சமைச்சேன். பொங்கின சோறு அப்படியே இருக்கு. இனிமே யாரு தீண்டப்போறா அதெ? பசி அடைச்சாச்சு எனக்கும்."

"அப்பளாம் பொரிச்சிருக்கயோ?"

"எதுக்காம்?"

"இல்லெ, கஞ்சிக்கு அப்பளாம் தொட்டுண்டு குடிக்கிறது சிலாக்கியம்னு சொல்வா."

"ஆமாமாம். சாஸ்திரத்திலேகூடச் சொல்லியிருக்கு. பத்து வருஷமாச்சு கல்யாணம் கழிஞ்சு. பத்து வருஷமா இப்படிப் படுத்தறேள். வெளயாடாமே குடிச்சுட்டுப் போங்கோ. குழந்தை மாதிரி அடம் பிடிக்கறேளே."

ஒரு வாய்க் கஞ்சியை விட்டுக்கொண்டார். முகம் அஷ்ட கோணலாகிறது.

முகத்தைத் திருப்பிக்கொண்டு சிரிப்பை விழுங்கினாள் ராஜி.

"ராஜி!"

"ம்."

"ஒரே ஒரு அப்பளாம்."

"பேசப்படாது."

"பாதி."

"ஊஹூம்."

"ஒரே ஒரு துண்டு . . . சின்னதா."

"ஐயோ, ஐயோ! இப்படியா படுத்துவேள்?"

அப்பளாம் ஒரு துண்டு வருகிறது.

கும்பாவில் கஞ்சி மட்டம் கொஞ்சமாக இறங்க ஆரம்பிக்கிறது.

வெயில் தணியும் வேளை.

"ராஜி!"

"ஒவ்."

"இங்கே வாயேன்."

தூக்கிக் கட்டிக்கொண்டிருந்த புடவையைக் கீழே இழுத்து விட்டுக்கொண்டே வந்தாள். உள்ளங்கையில் கரி.

சாமு தன் உடம்பை ஏற இறங்கப் பார்த்துக்கொண்டே சொன்னார்:

"இப்போ கொஞ்சம் தேவலை. உடம்பு வலியும் விட்டிருக்கு."

"கஞ்சி மகாத்மியமாக்கும்!"

"உடம்பு நன்னா தணுத்துடுத்து. மலையா வந்துடும்னு பயந்தேன்."

"ராத்திரி ஒரு வேளையும் கஞ்சி குடிச்சிட்டேளோ சிட்டாப் பறந்துடும், ஆமாம்."

"அதெச் சொல்லத்தான் வாயெடுத்தேன். இன்னிக்கு ராத்திரி இங்கே இல்லெ."

"பின்னே எங்கேயாம் போடறா உங்களுக்கு?"

"இல்லேடி. நாங்கள்ளாம் இன்னிக்கு பிக்னிக் போறதுன்னு ப்ளான் போட்டிருக்கோம்."

"பிக்னிக் போறாளாமே பிக்னிக். எழுந்து நிக்க சீவனெக் காணலே, பிக்னிக்காம்! நல்ல மூர்த்தம் பார்த்தேள்."

"ஆபீசிலெ பிரண்ட்ஸ் ரெம்ப நாளா சொல்லிண்டிருக்கா. நாலஞ்சு வாரமா போணம் போணம்னு புறப்படறோம். ஒண்ணு இல்லேன்னா ஒண்ணு குறுக்கே வந்துடறது. நேத்து எல்லாரும் முடிவு செஞ்சுட்டோம் இன்னிக்குப் போறதுன்னு. அட்வான்ஸும் கொடுத்தாச்சு டாக்ஸிக்கு."

"ஓஹோ! அதுதான் உடம்புக்கு ஒண்ணுமில்லேனு பீடிகை போடறேளோ? சரிதான்."

ராஜி பக்கத்தில் வந்து நெஞ்சில் புறங்கை வைத்துப் பார்த்தாள்.

"சூடு இருக்கே!"

"ச்சேச்சே, ஒண்ணுமில்லே. மெத்தச் சூடு."

"ஒண்ணுமில்லையா? கதகதனு இருக்கு. இன்னிக்கு நீங்க படி தாண்டப்படாது, சொல்லிப்புட்டேன்."

"வரேன்னு ஒப்புக்கொண்டுட்டேனே! என்ன சேறது சொல்லு."

"அதுக்காக? உடம்பு சரியில்லே, வரலேன்னா, தலையைச் சீவிடுவாளோ உங்க சிநேகிதா?"

"இருந்தாலும் . . ."

"ஒண்ணும் இழுக்கவேண்டாம். நான் சொல்றதே கேளுங்கோ. வியாதி உங்களைத் தேடி அலையறது. இழுத்து விட்டுக்காதேங்கோ. இன்னிக்கு ஓரெடம் போகவேண்டாம். நான்தான் சொல்றேன்."

"அதுக்கு இல்லே, பாரு. நான் போலைன்னா சாஸ்திரி கேலி பண்ணுவார். என்னடா, பெண்டாட்டி தடை உத்தரவு போட்டுட்டாளோம்பர்."

"ஆமான்னு சொல்லுங்கோ. அந்தப் பாவத்தை நான் கட்டிக்கறேன். ஏன்தான் நீங்க உங்க சிநேகிதா கையிலே இப்படி பொம்மையா ஆடறேளோ?"

"ஆரு ஆடறா?"

"நீங்கதான்."

"ஐயோ! ரெம்ப தெரிஞ்சுண்ட்டா, பெரிய மனுஷி."

"சாஸ்திரி கேலி பண்ணுவாராம். அவருக்கு நீங்க ஈடோ? அவர் உடம்பைப் பார்த்தேளா? கருங்காலி மரம் கணக்கா. குத்தினா குத்து எறங்காது. மழைனு பாராமே வெயில்னு பாராமே எருமை மாடா அலையறது. ஆத்துலே, கெணத்துத் தண்ணெயெல்லாம் வத்த வைக்கிறது. உடம்புக்கு ஒண்ணு வரணுமே – கெடயாது!"

"ம்."

"அன்னைக்கு கொட்ற மழையிலே குடையுமில்லாமே போச்சு. பாத்தேன். ஏது இந்தத் தடவெ நிமோனியாதான்னு நெனச்சேன். மறுநா வெயிலெ ஓடறது. ஒரு தும்மல் போடணுமே! ஊஹூம்."

"போயுட்டு காரெவிட்டுக் கீழே எறங்காமே பூத்தாப்லெ வந்துடறேன்."

“ஐயோ, ரொம்ப அக்கறையாப் பார்த்துப்பேள்ளியோ உடம்பெ! போறும் எனக்கு.” நெஞ்சுக்குக் கை சென்றது.

சிறிது மௌனம்.

“இனிமே வரலைனு சொன்னா நன்னாருக்காது. ஏற்கனவே அவர் என்னெ ‘ஹென்பெக்டு’ அப்டீனு கேலி பண்றா.”

“அப்படீன்னா?”

“பெண்டாட்டி தாசனாம்.”

“சொல்லிட்டுப் போட்டுமே.”

“நாலுபேர் கேலி செய்ய வச்சுக்கலாமா?”

“அப்பொ உங்களுக்கே அப்படிப் படறதுனு சொல்லுங்கோ.”

மௌனம் மீண்டும்.

“அவா சொல்றது சரிதான்னு படறது இல்லியா? விட்டுச் சொல்லுங்களேன்.”

தணிக்கை செய்யாது வார்த்தைகள் குதித்தன.

“பூரா தப்புன்னு படலெ.”

ஏதோ காரமாகச் சொல்லிவிட்ட உணர்ச்சி ஏற்பட்டது அவருக்கு.

அவள் முகத்தை ரகஸ்யமாகப் பார்த்தார்.

அவள் கண்கொட்டாமல் பார்க்கிறாள்.

அவர் உருவம் அவளுக்கு மங்கிற்று.

சரேலென்று உள்ளே சென்றாள்.

அழுகிறாளோ?

அழட்டும்.

மாலை.

வாசலில் பழைய கார் ஒன்று வெடித்து விட்டு நிற்கிறது.

அட்டகாசமாக உள்ளே வந்தார் சாஸ்திரி. வாய் நிறையத் தாம்பூலம். ஜரிகைத் துப்பட்டா. கையில் திருப்பதி காப்பு. தடபுடல்.

“என்னடா, இப்படி இஸ்பேடு ராஜா மாதிரி உக்காந்துண்டிருக்கே? கிளம்புடா அவதாரம், சட்டையை மாட்டிண்டு.”

“வந்து . . . வந்து . . .”

“வரட்டும்.”

“உடம்பு ஒரு மாதிரியா இருக்கு.”

“சரிதான், நூத்தி நாற்பத்திநாலு போட்டாச்சா? சொல்லு, நீ என்ன செய்வே, பாவம்!”

“ச்சேச்சே, அப்படி ஒண்ணுமில்லே.”

“இல்லை; அம்மன் உத்தரவு போட்டுட்டாள்னா அப்பீல் இல்லையே? உன்னை நம்பிண்டு டாக்ஸி வேற பிடிச்சோமே. நம்பினா காலை வாரிவிடுவாய் போலிருக்கே? கிளம்புடா. எல்லாம் மலைக் காத்துலெ மாயமா மறைஞ்சுடும். உடம்புக்கு செல்லம் கொடுத்துக் கொடுத்துக் கெடுத்துப்புடாதே. அப்புறம் உடம்பெ ஒடப்பிலேதான் வைக்கணும். கிளம்பு கிளம்பு.”

சாமு உள்ளே நுழைந்தார்.

“போய் சட்னு உத்தரவு வாங்கிண்டு வா. பல்லைக் காட்டு, நாடியைத் தாங்கு.”

“ராஜி, நான் போயுட்டு வந்துடறேன்.”

பதிலில்லை.

“என்ன? சொல்லு.”

குரலில் கனம்.

“நீங்க போகவேண்டாம்னு எனக்குப் படறது.”

“ஏனாம்?”

மௌனம்.

“எதுக்கெடுத்தாலும் குறுக்கே நிக்கறதுதான் உன் வழக்கம். எங்கே கிளம்பினாலும் நொண்டு நொஸுக்குனு ஏதாவது சொல்றது. சதா உன் காலடியிலே படுத்துண்டு இருக்கணும்னு நெனக்கிறியோ?”

கண்ணீர்.

சாமு காரில் ஏறிக்கொண்டார்.

கார் கனைத்துவிட்டுப் புறப்பட்டது.

இரவு மணி பன்னிரண்டு.

ராஜி தூங்கவில்லை. தூங்க முடியவில்லை.

வாசலில் கார் வந்து நின்றது.

எழுந்திருந்து விளக்கைப் போட்டாள். கதவைத் திறந்தாள்.

சாஸ்திரியின் கைத்தாங்கலில் வருகிறார் சாமு. வந்தவர் கட்டிலில் சாய்ந்தார்.

"பயந்து பிராணனை விட்டுடாதேடா. ஜொரமொண்ணும் பிரமாதம் இல்லை. எழவு மலைக்காத்து ஆகலெ உனக்கு. தூளிக் குழந்தையா வளர்ந்திருக்கே. டாக்டரைக் காட்டி தண்ணி வாங்கிக் குடி. வரட்டுமா நான்? நாளைக்கு லீவு தானே? ஆபீசிலே சொல்றேன்."

சாஸ்திரி மறைந்தார்.

ராஜி தர்மாமீட்டரை வைத்துப் பார்த்தாள்.

நூத்தி நாலு டிகிரி!

வீட்டுக்காரி புடைப்பாள் என்றுதான் சாமு எதிர் பார்த்தார். கண்டிப்பாள், நிர்த்தூளி பண்ணுவாள் என்றெல் லாம் எண்ணினார். அவள் வாயைத் திறக்கவே இல்லை!

"பத்து மணி வரைக்கும் ஒண்ணுமில்லே. திடீர்னு வெடவெடக்க ஆரம்பிச்சுதே பார்க்கணும்! ரெண்டு பேர் பிடிச்சா நிக்காது. ஆட்டிப் புடுத்து ஆட்டி. இப்பொ கொஞ்சம் தேவலை."

கம்பளிப் போர்வையைக் கொண்டுவந்து போர்த்தினாள் ராஜி.

"ராத்திரி ஒண்ணும் செய்யெல. அவாள்ளாம் ஒட்டல்லெ சாப்பிட்டா. நான் லங்கணம் போட்டுட்டேன்."

மப்ளரைக் கழுத்தில் சுற்றினாள்.

"என்ன, பேச மாட்டியோ?"

"பேசாம என்ன!"

"இல்லை, வாயைத் திறக்கமாட்டியோ?"

"ஹூம் . . . அப்படியொண்ணுமில்லே."

"நீ சொன்ன மாதிரி நடந்து போச்சுங்ற ரசிப்போ?"

கண்களிலிருந்து பொலபொலவென்று நீர்கொட்டிற்று. உள்ளே மறைந்தாள்.

காய்ச்சல் ஒரு வாரம் விளாசிவிட்டது. மறுவாரத்தில் விடை பெற்றுக் கொண்டது. அந்த ஒரு வாரமும் ராஜி, ராஜியாக இல்லை. நர்சு மாதிரித்தான். அதிலும் வெறும் கூலிக்கு அமர்த்திய நர்சு. முகத்தில் ஒன்றுமேயில்லை. ஒரு வார்த்தை அரைவார்த்தை பேசினாள்.

"இன்னிக்கு என்ன ஆகாரம் எனக்கு?"

"எது வேண்டுமோ அது."

"சாப்பிடலாமோ?"

"சாப்பிடலாம்னு படறதுன்னா சாப்பிடுங்கோ."

சாமு பெருமூச்சு விட்டார்.

"ராஜி!"

"ம்."

"ஒண்ணுமில்லெ . . . வந்து . . ."

நிசப்தம்.

"மருந்து ஆயுடுத்தா?"

"ஒரு வேளைக்கு இருக்கு."

"போறும். இனிமே வாங்க வேண்டாம்."

"சரி."

"உடம்பு வலி மட்டும் லேசா இருக்கு."

"ம்."

"கூட ஒரு பாட்டில் மருந்து வாங்கினாலும் நல்லதுதான்."

"சரி."

முகத்தைச் சுளித்துக்கொண்டார்.

"நாளைக்குக் குளிக்கலாமோ?"

"உடம்புக்கு ஒண்ணுமில்லேன்னா குளியுங்கோ."

பெருமூச்சு.

"ஒரு வாரமா ஆபீசிலெ வேலை மலையா குவிஞ்சிருக்கும். நாளைக்கு ஆபீசு போயுட்டா என்னான்னு யோசிக்கிறேன்."

"சரி."

ராஜி உள்ளே சென்றாள்.

சாமு கண்களை மூடிக்கொண்டார்.

சாமு சாய்வு நாற்காலியில் சாய்ந்து கொண்டிருந்தார்.

முகத்தில் நல்ல சோர்வு.

அறையைக் கூட்டிக் கொண்டிருந்தாள் ராஜி.

"பிக்னிக் போனது தப்புனு படறது இப்பொ. அப்போ தோணலை."

"..."

"இப்படித்தான் ஒவ்வொண்ணும் பட்டாத்தான் தெரியும். சும்மாவா பெரியவா சொல்லியிருக்கா, அடிபடணும்னு."

ராஜி ஒரு தடவை ஏறிட்டுப் பார்த்துவிட்டு வேலையில் முனைந்தாள்.

"நீ என்ன சொல்றே ராஜி?"

"நான் என்ன சொல்றது? அவாவா தங் காரியத்தைப் பார்த்துண்டிருக்கிறதுதான் சரின்னு தோண்றது. நாம் நல்லதுக்குச் சொல்வோம்; கேக்கறவாளுக்கு இதேதுடா துன்பம்னு படும். வீணா மனஸ்தாபம். வாயைப் பொத்திட்டு அக்கடானு இருப்போம்னா, மனஸு கேக்கறதா? அடிச்சுக்கறது."

"எதுக்கு அப்படி இருக்கணும்?"

"அதுதான் நல்லது."

சில நிமிஷங்களுக்கு அவரால் பேச முடியவில்லை.

ராஜி உள்ளே செல்லப் புறப்பட்டாள்.

"ராஜி!"

"ம்."

"உள்ளே காரியம் இருக்கோ?"

"ஆமா."

"..."

"என்ன வேணும்?"

"ஒண்ணும் வேண்டாம் ..."

ராஜி உள்ளே நகர்ந்தாள்.

சாமு தனக்குள் முணுமுணுத்துக்கொண்டார். முகத்தைத் தலை யணையில் புதைத்துக்கொண்டார்.

இரவு.

நடுநிசி.

விடிவிளக்கு தன்னை மட்டும் காட்டிக்கொண்டிருந்தது.

சாமு கட்டிலில் புரண்டார்.

கட்டில் முணுமுணுத்தது.

ராஜியின் படுக்கை கீழே. அவள் இருபுறமும் மாறிமாறிப் புரளுவதை சாமு கவனித்தார். தூக்கம் கொள்ளவில்லை போலிருக்கிறது.

ராஜியின் கைகளை இழுத்து வைத்துக்கொண்டார். அவள் விரல்கள் பேசவில்லை.

"ராஜி!"

"ம்."

"கோவமா எம்மெலே?"

"ஊஹூம்."

"வெறும் வார்த்தை ... பசப்பறாய்."

"..."

"ராஜி... ராஜி! நான் என்னமோ தெரியாத்தனமா உளறி விட்டேன்."

அவள் விரல்களை விடுவித்துக்கொண்டாள். முகத்தை மூடிக்கொண்டு கவிழ்ந்து படுத்தாள். பொருமும் சப்தம் அமைதியில் கனத்தது. அவர் மனதில் சப்த அலை பெருகி எதிரொலித்தது.

அவள் காதோரத்தில் அவர் வாய் கூடிற்று.

"ராஜி! இதோப் பாரு, என்னெ ... என்னெ ... மன்னிச் ... சுடு."

அவள் சட்டென்று அவர் வாயைப் பொத்தினாள்.

மார்பில் விழுந்து பொருமினாள் அவள். அவர் கைகள் அவளைச் சுற்றி இறுகின. அவள் முதுகு விரிவதைத் தாங்க முடியாமல் கைவிரல்கள் துடித்தன.

சாமுவுக்கு நெஞ்சை அடைத்தது. தமிர் போடுவது மாதிரி நெஞ்சில் வேதனை.

அமைதியிலும் அமைதி.

அவர் முகத்தில் அவள் கை ஊர்ந்தது. விரல்கள் கண்களைத் தொட்டுச் சோதித்தன.

கண்களில் நீர்!

அவள் அவரைக் குழந்தை மாதிரி இழுத்து அணைத்துக் கொண்டாள். அவளுடைய மார்புக் குவட்டில் முகத்தைப் புதைத்துக்கொண்டார் சாமு. அவள் வாய் திறந்தது.

"அழுவாளா, குழந்தை மாதிரி!"

அவள் அணைப்பில் தாய்மை தன் உடம்பில் இறங்குவது மாதிரிப் பட்டது அவருக்கு. மயிர்க்கால்கள் தித்தித்தன.

விடிந்தது.

அன்றோடு சாமுவுக்கு லீவு முடிகிறது.

வீட்டுக் கொல்லைப்புறம்.

ஒரு முக்காலியில் சாமு உட்கார்ந்து கொண்டிருக்கிறார்.

"க்ரிச்... க்ரிச்... க்ரிச்..."

நாவிதனின் ஆயுதம் தலையை மேய்ந்து கொண்டிருக்கிறது.

சாமு சவர சுகத்தில் கண்ணை இறுக்கித் தியானித்துக் கொண்டிருக்கிறார்.

"சாமி! சரியா இருக்கா பாருங்க."

கண்ணாடியைத் தூக்கிப் பார்த்தார்.

"ஏய்! கட்டையா அடிச்சுப்புட்டியே... கொஞ்சம் வச்சிருக்கப் படாது?"

"இதுதான் சாமீ சரி... சம்மரு கிராப்."

"சரி போ."

எழுந்திருந்தார்.

ராஜி வந்தாள்.

"எதுக்கு இவ்வளவு மயிர் வச்சுண்டு இருக்கேள், டிராமாக்காரன் மாதிரி? வேர்வை எறங்கி சளி புடிச்சுக்கவா? ஒட்ட வெட்டிங்கிங்கோ?"

அக்கரைச் சீமையில்

"இவ்வளவு இருக்கட்டும் ராஜீ... திருப்பதி மொட்டை மாதிரி..."

"சாமி கட்டுக்கு இதுதான் ஷோக்கா இருக்குது அம்மா."

"ஐயோ! தலையைக் கொஞ்சம் எடுத்துப்புட்டா அழகு அம்புட்டும் வழிஞ்சோடிடுமாக்கும்! ஏய், இதோப்பாரு... இவ்வளவு போல இருக்கட்டும், போறும்." ஆள்காட்டி விரலின் முதல் மடக்கில் கட்டைவிரலை அழுத்திக் காட்டினாள்.

"ஐயோ, இத்துனூண்டா!" சாமு ஏங்கினார்.

"போறும், போறும்... சட்னு வெட்டிண்டு வாங்கோ."

மீண்டும் உட்கார்ந்துகொண்டார்.

"க்ரிச்... க்ரிச்... க்ரிச்..."

சரஸ்வதி, 1957

அகம்

மரத்தடியில் பச்சைக் கார் கோணலாக நின்று கொண்டிருக்கிறது.

மாடிக் கதவு சாத்தியிருக்கிறது.

அம்மாவைக் காணோமே!

எங்கே போய்விட்டாள் அம்மா?

"அம்மா!"

இந்த அம்மாவே எப்பொழுதும் இப்படித் தான்! சில சமயம் மாதக் கணக்கில் வீட்டிலேயே அடைந்து கிடப்பாள். சில சமயம் காலையிலும் மாலையிலும் வெளியே போய்விடுவாள். வெளியே சென்றால் திரும்புகிற பொழுதுதான் திரும்புவாள். எங்கே போவாள்? யாருக்கும் தெரியாது. எப் பொழுது வருவாள் என்பதும் யாராலும் சொல்ல முடியாது. சீதா மாமி வீட்டிற்குக் குழந்தையைப் பார்க்கப் போகிறேன் என்று போவாள். போகிற வழியில் ஜவுளிக்கடையில் ஐம்பது ரூபாய்க்குத் துணிமணி வாங்கிக்கொண்டு, காமாட்சி மாமி வீட்டிற்குச் சென்று சாயங்காலம் வரை அங்கேயே இருந்துவிட்டு வந்துவிடுவாள். ஐயோ அம்மா, அம்மா..!

சீ, என்ன தலைவலி இது! மண்டையைப் பிளக்கிறதே. ஞானமணி டீச்சர் பாடம் எடுத்தாலே தலைவலி வந்துவிடும். ஞானமணி டீச்சர்... ஞானமணி டீச்சர் முகத்தை நினைத்தாலே சிரிப்பாய்த் தானிருக்கிறது. குழி விழுந்த கண்கள்;

எலுமிச்சங்காய்ப் பருமன் கொண்டை; தொளதொளவென்று தொங்கும் ஜம்பர் கைகள்; துவைத்துத் துவைத்துப் பழுப்பேறிப் போன புடவை; புரூச்; பாதத்திற்கு மேல் படிந்திருக்கும் புழுதி; செருப்பு வேறு அந்த அழகுக்கு! டாக்டர் மாமா கார் போகிறதே என்று சற்று எட்டிப் பார்த்ததற்குத்தான் என்ன கோபம் வந்துவிட்டது அவளுக்கு!

"ஜானு, என்னெத்த அங்ன உத்து உத்துப் பாக்கே?"

பாக்கறேன், உன் கோழிக் கொண்டையை!

"ஒன்னுமில்லே, மேடம்."

"சரி, உக்காரு."

தலைவலி பிளக்கிறதே! மணி அடித்ததும் டாக்டர் மாமா காரில் வரலாமென்று நினைத்துக்கொண்டிருந்தால் இவர் என்னடா என்றால் முன்னாலேயே வந்திருக்கிறார்! டாக்டர் மாமா – இரண்டு நிமிஷம் பிந்தி வந்திருக்கக்கூடாதா, டாக்டர் மாமா? நானும் ஜம்மென்று காரில் ஏறிக்கொண்டு வந்திருப்பேனே! என்ன மாமா இது, ஜானு மேலே கொஞ்சம் கூடத் தயவு இல்லையே உங்களுக்கு?

வாசலில்தான் கார் நிற்கிறதே. எங்கே போய் விட்டார்? ஒரு சமயம் அம்மா இவர் கூட ஊர் சுத்தப் போய்விட்டாளோ? ஜானு பள்ளிக் கூடத்திலிருந்து வருவாளே, அவளுக்குக் காப்பி கொடுக்க வேண்டுமே என்ற எண்ணமே கிடையாதா அம்மா உனக்கு? என்னம்மா இது? ஆனால் கார்தான் இங்கு நிற்கிறதே! மண்ணை மிதிக்காத துரையாச்சே டாக்டர்.

தலையை ஏன் இப்படிப் பிளக்கிறது? காப்பியைக் கொண்டா கொண்டா என்று கேட்கிறதே. சரிதான், அடுக்களையிலும் அம்மாவைக் காணோம். நெருப்புமில்லை அடுப்பில். அடுப்பு மூட்டிக் காப்பி போடத் தெரியாதா எனக்கு? நான் போட்டால் காப்பி 'பிரமாதம்' என்பார் அப்பா. அன்று குப்பச்சிப் பாட்டிதான் என்ன சொன்னாள்: 'ஏ விட்டி, நீயா காப்பி போட்டே? அமிர்தமா இருக்கே! அமிர்தமா இருக்கே! சமத்து. சமத்துக்கட்டி! சுருக்கக் கல்யாணமாகணும்.' குப்பச்சிப் பாட்டிக்கு எதற்கெடுத்தாலும் கல்யாணம்தான். தோசை வைத்தால் கல்யாணம். நமஸ்காரம் பண்ணினால் கல்யாணம். காப்பி கொடுத்தால் கல்யாணம்! ஆமாம், குப்பச்சிப் பாட்டி இப்பொழுது வருவதே இல்லை. செத்து கித்துப் போய்விட்டாளோ? ஐயோ பாவம்! சே, அப்படி இராது. அம்மா கோபித்துக்கொண்டு விரட்டி அடித்திருப்பாள். அடிக்கடி லடாய் வருமே. இருந்தாலும்

இந்த அம்மா பாட்டியை இப்படியெல்லாம் சொல்லியிருக்கக் கூடாது.

"வீடுவீடாய் பிச்சை எடுத்துத் திங்கிற நாய்க்கு, என்ன வாய், என்ன வாய்! படி மிதிக்க விடப்படாது."

அப்படிச் சொல்லும்படி குப்பச்சிப் பாட்டி என்னதான் சொல்லி விட்டாள்? இல்லாவிட்டாலும் இந்த அம்மா எப்பொழுதுமே இப்படித்தான். பட் பட்டென்று ஏதாவது பேசிவிடுவாள். சட்டென்று முகம் தொங்கிவிடும். இதைத்தான் செய்வாள், இதைத்தான் சொல்வாள் என்று யாராலுமே நிதானிக்க முடியாது. அப்பாதான் அடிக்கடி சொல்வாரே:

"அம்பு, உன்னெ அளக்கவே முடியாதடீ! கோவித்துக் கொள்வாய் என்று நினைக்கிற இடத்தில் சிரிக்கிறாய். சிரிப்பாய் என்று நினைக்கிற இடத்தில் எரிந்து விழுகிறாய். ஜானு, உங்கம்மா, அடேயப்பா பெரிய ஆள்தான்."

குப்பச்சிப் பாட்டியும் என்ன இலேசான உருப்படியா? வந்தாள், தோசைக்கு அரைத்தாள், போனாள் என்றிருந்தால் தானே? நோண்டி நோண்டிப் பேச்சைக் கிளப்புவாள். போடுவாள் போடுவாள் பீடிகை – அப்படிப் போடுவாள். பேச்சு வளர்ந்துகொண்டே போய் சண்டை கூட வந்துவிட்டதே அன்று!

"இதோ பாரு அம்பு, என்னதான் சொல்லு . . . அந்தக் கரிமாடன் இங்கே அடிக்கடி வறது நன்னால்லே. ஆம்பிளெ இல்லாத ஆத்திலே என்னடீ ஜோலி அவனுக்கு? அவன் வாழா வெட்டியாக்கின குடும்பத்துக்குக் கணக்கில்லை வழக்கில்லை. தெரிஞ்ச சங்கதி. ஊர்வாய் பொல்லாதடீ அம்மா, ஊர்வாய் பொல்லாதது."

"என்ன சேறது பாட்டி? நானும் ஜாடைமாடையாய்ச் சொல்லியாச்சு. ஜானு கண் முழிக்காமல் கிடக்கறச்சே, இவரை விட்டா கலியுக பிரம்மா வேற இல்லைன்னு கூட்டிண்டு வந்து காட்டினேன். ஜானுவிடம் அவருக்குப் பாசம், பெத்த குழந்தையாட்டமா. வெடுக் வெடுக்னு பேசறதோல்லியோ?"

"என்ன வேணா சொல்லு அம்பு. நன்னால்லெ. நன்னால்லைன்னா சுத்தமா நன்னால்லை. அவ்வளவுதான் நான் சொல்வேன். நீ என்ன பச்சைக் குழந்தையா? நாலும் தெரிஞ்சவள். கெழவி என்னமோ உளர்றதேன்னு நெனச்சுக் காதே. என் சொந்தப் பொண்ணா நெனச்சுச் சொல்றேன். ஊர்வாய் பொல்லாதது. ஊர்றதுன்னா பறக்கறதும்பா."

அம்மா முகத்தைத் தூக்கிக்கொண்டு மாடிக்குப் போய் விட்டாள். அன்றிலிருந்து பாட்டியைக் காணோம். நான் ஸ்கூலுக்குப் போயிருக்கும்பொழுது பாட்டி வந்திருப்பாள். குப்பச்சிப் பாட்டியானால் என்ன, யாரானால் என்ன அம்மாவுக்கு! பேச்சு என்றால் பேச்சுதான், அசைக்க முடியாது.

"பாட்டி, இன்னியோடெ நின்னுடுங்கோ."

"என்ன அம்பு, ஏது இப்படிச் சொல்றாய்? பட்னு கத்திரிக்கறயேடி அம்மா. நான் என்ன செய்வேன்? உன்னை நம்பிண்டு . . ."

"அதிகமாக வார்த்தையைச் செலவழிக்காதீங்கோ. உழைச்சதுக்குக் காசை வீசி எறிஞ்சுட்டேன். எடுத்துக்கொண்டு போங்கோ."

ஐயோ, பாவம் பாட்டி!

சீ, என்ன தலைவலி! காப்பி போட்டுக் குடித்துவிட்டு வாசலில் போய் பூனை மாதிரி படுத்துக்கொண்டிருக்க வேண்டும். அம்மா வருவாள்.

"ஜானு, நீ வந்தாச்சா? மணி தெரியாமப் பேசிண்டு இருந்துட்டேண்டீ. வா. காப்பி தறேன்."

உம், நீ தான் என்னை மறந்தே போயுடறியே. அப்பவே பிடிச்சு இப்படிப் படுத்துக்கொண்டிருக்கேன். தொண்டை வறண்டு போயாச்சு. தலைவலி வேறே மண்டையைப் பிளக்கிறது.

அம்மாவுக்குத் தெரியாமல் அடுப்பில் வைத்திருக்கும் காப்பியை எடுத்துக்கொண்டு, முதுகுக்குப் பின்னால் போய் நின்று கொள்ள வேண்டும்.

"இந்தாம்மா, சாப்பிடு ஏ – ஒண் காப்பி."

"ஏதுடீ?"

"நான் போட்டுக் குடிச்சிட்டு, உனக்கும் போட்டு வச்சிருக்கேன்."

"அடி என் கண்ணு!"

கண்ணுவாம், மண்ணாங்கட்டி! உன் சர்ட்டிபிக்கெட் ஒன்றும் வேண்டாம். சே, என்ன இது, கையெல்லாம் ஒரே மை? துவைக்கிற கல்லில் போட்டுத் தேய்க்கவேண்டும். பள்ளிக்கூடம் விட்டு வந்தால் தினசரி இது ஒரு வேலை. லீக் அடிக்கிறது பேனா. தரித்திரம். எத்தனை நாட்கள்தான் இதை வைத்துக்கொண்டு மாரடிப்பது? நிப்பை கருங்கல்லில்

ஓங்கி ஒரு குத்து. அப்படியே வாயைப் பிளந்துகொண்டு 'ஈ' என்று இளிக்கும். டாக்டர் மாமா ஒரு பேனா வாங்கித் தருகிறேன் என்று சொன்னாரே? எத்தனை நாட்களாய்ச் சொல்லிக்கொண்டிருக்கிறார்! அவ்வளவும் பொய். ஜாலம். 'கண்டிப்பாய் நாளைக்கு வாங்கிக்கொண்டு வந்துவிடுறேன்'. 'வாங்கியாச்சு, கொண்டு வர மறந்துவிட்டேன்.' 'த்ஸோ த்ஸோ! இன்னிக்கும் மறந்துவிட்டேனே.' ஒஹோ! ஏய்த்துவிடலா மென்று ப்ளான் போட்டிருக்கிறீரோ? அப்படியா விஷயம். சரி, வாரும் பார்த்துக்கொள்கிறேன். பாக்கெட்டில் வைத்துக் கொண்டிருக்கிறீரே தங்கமூடி போட்ட பேனா, அதைத் தட்டிக்கொண்டு போய்விடுகிறேன். தட் ... தட் ... தட். பின்னால் ஒன்றும் ஓடி வரவேண்டாம். அதெல்லாம் முடியாது. ஊஹூம். தரவே மாட்டேன். எனக்கேதான் இது. எனக்கேதான்.

டாக்டர் மாமா யாரு, பேனா தருவதற்கு! இந்த அம்மா வுக்குத் தான் ஒரு பேனா வாங்கித் தந்தால் என்ன கொள்ளையாம்! ரூபாய் இல்லையோ? அப்பாதான் சுளை சுளையாய் அனுப்புகிறாரே மாதா மாதம்? இந்த அம்மாவே இப்படித்தான். அப்பாவானால் ..!

"ஜானுக் குட்டி, பேனாதானே வேணும் உனக்கு? டிரஸ் பண்ணிக் கொள்; புறப்படு. க்யுக், க்யுக் ..." அவ்வளவுதான்.

"இந்தக் கடையில் உயர்ந்த பேனா என்ன விலையில் இருக்கிறது?"

"ஐம்பது ரூபாய்."

"அதற்கு மேல்?"

"அறுபத்தைந்து."

"அதற்கு மேல்?"

"தொள்ளாயிரம்."

"அதற்கு மேல்?"

அடி சக்கே!

அப்பா விஷயமே அலாதிதான்.

சீ, என்ன தலைவலி இது! ஐயோ, தலைவலி மண்டையைப் பிளக்கிறதே! எங்கெடீ அம்மா போயுட்டே?

கட்டிலில் போய் விழுந்து விட வேண்டும். இந்த அம்மா எப்பொழுது வேண்டுமானாலும் வரட்டும். அல்லது வராமலே போகட்டும். ஆள் அரவம் இல்லாவிட்டால்தான் ஒவ்வொரு

அறையும் எவ்வளவு பெரிது பெரியதாய் இருக்கிறது! அடேயப்பா! இவ்வளவு பெரிய பங்களாவில் நான் மட்டும் தன்னந்தனியாகவா ... என்ன இது? மாடியில் என்ன சப்தம் கேட்கிறது? யாரது? யாரது? கதவு ஏன் சாத்தியிருக்கிறது?

பட் ... பட் ... பட் ...

கதவை யார் தாளிட்டிருக்கிறார்கள்? உள்ளே பேசுவது யார்? டாக்டர் மாமா குரலா? அடடே, டாக்டர் மாமா! நீர் இங்கேயா இருக்கேர்? பலே ஆளய்யா நீர்! வீட்டில் யாரையும் காணோமென்று நீர்பாட்டிற்கு ஜம் என்று மாடியில் போய் உட்கார்ந்து கொண்டீராக்கும்?

“டாக்டர் மாமா! தட் ... தட் ... “டாக்டர் மாமா!”

கதவு திறந்தது.

எதிரில் அம்மா!

“எதற்கடீ பேய் மாதிரி கத்துகிறாய்! வா உள்ளே, காப்பி தருகிறேன்.”

“இங்கேயா இருந்தாய் அம்மா! நான் அப்பவே வந்தாச்செ. உன்னைத் தேடுதேடுன்னு தேடிண்டிருந்தேம்மா.”

“சரி சரி; வா, வாடி ... ஏண்டி கையைப் பிடிச்சு இழுக்கறே?”

“அம்மா, டாக்டர் மாமா வந்திருக்கிறாராடீ?”

பளீர் ...

“ஐயோ! ஏம்மா அடிக்கறே?”

“வாயேண்டி, சனியனே!”

ஜானுவின் வாயைப் பொத்தியபடி கீழே இழுத்துக் கொண்டு போனாள் அம்புஜம்.

அழுகை ஓய்ந்தது. காப்பி குடித்துவிட்டு ஜானு வராண்டா விற்கு வந்தாள்.

மரத்தடியில் பச்சைக் கார் கோணலாக நின்ற இடம் வெறிச் சென்றிருந்தது.

கார் கனவேகமாகப் போய்க்கொண்டிருந்தது.

காரை ஓட்டிக்கொண்டிருந்த டாக்டரின் முகத்தை ஏறிட்டுப் பார்த்தாள் ஜானு. இடதுபுறம் உட்கார்ந்து கொண்டிருந்த அம்மாவின் முகத்தையும் பார்த்தாள். டாக்டர்

முகத்தில் ஒரு அலட்சியம். அம்மாவின் முகம் யோசனையில் ஆழ்ந்திருப்பது போலவும், மனச் சந்துஷ்டி இல்லாதது போலவும் இருந்தது.

"எங்கே அம்மா போகிறோம்?"

"எத்தனை தடவை சொல்லியாச்சு, தேயிலைத் தோட்டத் தைச் சுத்திப் பார்க்கப் போறோம்னு?"

அம்மாவைத்தான் பாரேன் அம்மாவை! எரிந்து எரிந்து விழுகிறாளே!

மீண்டும் டாக்டர் முகத்தைப் பார்த்தாள் ஜானு.

என்ன கறுப்பு! நிறைய பவுடர் அப்பிக்கொண்டு விட்டால் கறுப்பெல்லாம் வழிஞ்சோடிப் போயுடுமாக்கும். அப்பா பவுடரா போட்டுக் கொள்கிறார்? எவ்வளவு அழகாக இருக்கும் அப்பா முகம்! இரண்டு கன்னங்களிலும் பச்சை படர்ந்திருக் கும். காலையில் எழுந்ததும் முதல் வேலையாக க்ஷவரம் பண்ணிக்கொள்ள உட்கார்ந்துவிடுவார் அப்பா. கையில்லாத பனியன். கறுப்புக் கரை வேஷ்டி. உள்ளங்கையும் உள்ளங்காலும் வெள்ளை வெளேரென்றிருக்கும். தோளில் சதா ஒரு டர்க்கி டவல். கண்ணாடி இல்லாமல் அப்பா எப்படித்தான் க்ஷவரம் பண்ணிக் கொள்கிறாரோ?

"டாக்டர் மாமா, நீங்க கண்ணாடி இல்லாம க்ஷவரம் பண்ணிப் பேளா?"

"ஊஹூம்."

"எங்கப்பா பண்ணிப்பர். அப்புறம் எங்கப்பா வந்து..."

"வாயெ மூடிண்டு இருடீ ஜானு."

ஜானு முகத்தைச் சுளித்துக்கொண்டாள்.

அப்பா, என்ன லோஷன் மணம்! டாக்டர் மாமா பக்கத்திலிருக்கும் பொழுதெல்லாம் இப்படித்தான். லோஷன் மணம் சுகமாகத் தானிருக்கிறது. என்ன காற்று! டாக்டர் மாமா தலை மயிர் பூராவும் முகத்தில் வந்து விழுந்திருக்கிறது. ஒதுக்கி விட்டுக்கொள்ள மாட்டாரோ? அடேயப்பா, என்ன பெருமை! அப்பாவைவிட டாக்டர் மாமாவுக்குத் தலைமயிர் ஜாஸ்திதான். நேர்பாதிகூட இராது அப்பாவுக்கு. முன்பக்கம் வழுக்கைதான். அம்மா கூட கேலி பண்ணுவாளே!

"என்னது, உங்களுக்குத் தலைமயிரெல்லாம் இப்படிக் கொட்டிப் போகிறது?"

"வயசாச்சோ இல்லையோ அம்பு? காடு வாவா என்கிறது, வீடு ..."

"ஐயோ, ஐயோ!"

அப்பா வழுக்கை தெரியாமல் மூடிமூடி வைத்துக் கொள்வார். பாவம் அப்பா! இப்படி இருக்கிறதே என்று வெட்கம்தான் அப்பாவுக்கு. குளித்துவிட்டு வந்ததும் நாற்காலி யில் வந்து உட்கார்ந்து கொண்டு "ஜானு சீப்பு எடுத்துக் கொண்டா" என்பார்.

"உங்களுக்கு எதுக்கு சீப்பு?" என்பாள் அம்மா.

"போடி கழுதெ" என்று சொல்லிக்கொண்டே, ஒருநாள் அப்பா அம்மாவின் காதைப் பிடித்துத் திருகிவிட்டார். நான் பார்த்தேன் என்பது அம்மாவுக்கும் தெரியாது அப்பாவுக்கும் தெரியாது.

நன்றாக வேண்டும் அம்மாவுக்கு. சபாஷ் அப்பா!

க்ளுக்.

"எதுக்குடி ஜானு சிரிக்கிறே?"

"எதையோ நெனச்சு சிரிக்கிறேன்."

"ஒண்ணுலெ நெனச்சு நெனச்சு சிரிப்பே, இல்லே நெனச்சு நெனச்சு அழுவே."

வலதுபுறம் வேகமாகத் திரும்பிற்று கார். அம்மாவின் மடியில் போய் விழுந்தாள் ஜானு.

கார் போகும் பாதையின் இருபுறமும் ஒரே பள்ளமாக இருந்தது.

அகலம் குறைந்த பாதை வழியாகக் கனவேகமாகப் போய்க்கொண்டிருந்தது கார்.

எங்கு பார்த்தாலும் மரங்கள், மரங்கள்.

இருட்டிவிட்டது.

காரின் முன்விளக்குகளைப் போட்டார் டாக்டர். காருள் விளக்கைப் போடவில்லை.

ஜானு வேகத்தைக் காட்டும் ஊசியைப் பார்த்துக்கொண் டிருந்தாள் சிறிதுநேரம்.

காரின் வேகம் கூடுகிறது.

"அம்மா, எனக்குப் பயமா இருக்கு!"

"எதுக்கு?"

"இல்லே, சக்கரம் கழன்று..."

சட்டென்று பிரேக் போட்டுக் காரை நிறுத்தினார் டாக்டர்.

அம்மாவும் டாக்டரும் ஜானுவின் முகத்தை முறைத்துப் பார்த்தார்கள். ஜானு தலையைக் குனிந்துகொண்டாள்.

கார் மீண்டும் புறப்பட்டது.

அம்புஜம் தன் விரல்களால் ஜானுவின் துடையை அழுத்தினாள்.

பேசக்கூடாதாம். பேசவேண்டாம். அவ்வளவுதானே? யார் பேசக் காத்துக்கொண்டிருக்கிறார்களாம்! இருந்தாலும் இந்த அம்மாவுக்கு ரொம்ப கர்வம்தான். டாக்டர் மாமாவைப் பார்த்து விட்டாலே அப்படித்தான். கண் தலை தெரியாது. இல்லாவிட்டாலும் அப்பா மாதிரி என்றைக்குத் தான் அம்மா அன்பாகப் பேசிக்கொண்டிருந்தாள்? அப்பா மட்டும் இப்போது இங்கிருந்தால் டாக்டர் மாமாவின் லொடக்குக் காரில் யார் ஏறப்போகிறார்களாம்! அப்பா நினைத்தால் அமெரிக்காவுக்குக் கூட காரில் கூட்டிக்கொண்டு போய்விடுவாரே! இந்தப் பாடாவதி கார் யாருக்கு வேண்டும்? 'என்னுடனே இருங்கள்' என்று இந்த அப்பாவிடம் எத்தனை தடவை சொல்லியாச்சு. கேட்டால்தானே? கல்கத்தாவில் இவருக்கு என்ன வேலையாம்? எப்படா வரப்போகிறார், எப்படா வரப்போகிறார் என்று வருடம் பூராவும் காத்துக்கொண்டு கிடக்கவேண்டும். வந்து விட்டாலோ – ஒரே ஒரு மாதம் லீவு. "அதற்கு மேல் லீவு கிடையாது என்று சொல்லிவிட்டான்" என்பார். யார் அப்படிச் சொல்வது? அவன் மூஞ்சியில் ஒரு குத்து குத்துங்களேன் அப்பா. அப்பாவா குத்து விடுகிறவர்? முழித்துப் பார்த்தால் அப்படியே அம்மாவின் தலைப்பில் வந்து ஒளிந்து கொண்டு விடமாட்டாரா? ஐயோ அப்பா... அப்பா. நீங்க ஒண்ணு.

அப்பா வந்தால் ஒரே குஷிதான். தினமும் காலையிலும் மாலையிலும் வெளியே போகலாம். அப்பா இல்லாவிட்டால் அம்மா அசந்து போய், மக்கடித்துக் கிடப்பாள். பழைய புடவை, பழைய ஜம்பர்... அப்பா வந்து விட்டால் போதும். பீரோவுக்குள் இருக்கும் பட்டுப் புடவை, பட்டு ஜம்பர் எல்லாம் கொடிக்கு வந்துவிடும். வேளைக்கு ஒரு டிரஸ். ஒரு கூடைப் பூவை வாங்கித் தலையில் வைத்துக்கொண்டு விடுவாள். தினசரி ஏதாவது ஒரு புரோகிராம். சினிமா, டிராமா, வெளியூர்ப் பயணம், ஜவுளிக்கடை, அம்மாவுக்குப் புடவை, ஜம்பர், எனக்குத் துணிமணி – எவ்வளவு வேணுமோ அவ்வளவு.

“போறும் என்கிறேன். நீங்க பாட்டுக்கு எடுத்துண்டே இருக்கேளே, என்ன அர்த்தம்?”

“ஜானுவுக்கு கூட ஒண்ணு இருக்கட்டும், அம்பு.”

“ஐயோ போறும். இவ்வளவையும் கட்டிக்கிறதுக்கு முன்னால கிழவி ஆயுடுவாளே அவள்!”

“ஒண்ணே ஒண்ணு . . . இந்தாப்பா, கொட்டடி போட்ட பாவாடைத் துண்டிருந்தாக் காட்டப்பா.”

வந்தது முதல் ஒவ்வொரு நாளும் காலண்டரைப் பார்த்துப் பார்த்து எண்ண ஆரம்பித்து விடுவார் அப்பா. ‘ஓ, இன்னும் பத்து நாள் தானே இருக்கிறது? பறக்கிறது. நாள் பறக்கிறது.’ பார்க்கிறவர்களிடமெல்லாம் இதேதான் பேச்சு.

“லீவு எடுத்துக் கொண்டு வந்தா நாள் நொடியாப் பறக்கிறது ஸார். பாதி நாள் ரயிலிலே போயுடறது. அங்கே எப்படியோ, மனசை அடக்கிண்டு இருக்கோம்னு வையுங்கோ. இங்கே வந்துட்டு கிளம்பறதுன்னா ரொம்ப மனக் கஷ்டமா இருக்கு.”

ஒவ்வொரு நாள் கண் விழித்ததும், அப்பா பாட ஆரம்பித்துவிடுவார். ‘இன்னும் ஆறு நாள்தான் பாக்கி’, ‘இன்னும் அஞ்சு நாள் தானிருக்கு’, ‘நாலுநாள்’, ‘மூணுநாள்’, ‘நாளை மறுநாள் புறப்பட வேண்டியதுதான்.’ புறப்படுகிற ஆயத்தம் ஆரம்பமாகி விட்டாலோ, அப்புறம் இருப்பதாகவே தோன்றாது. அப்பா கிளம்புகிற நாள் ஒரே அழுகைதான்.

“ஜானு, அழாதே, அழாதே . . . சமத்தில்லையா! அம்பு, ரெயில் புறப்படலாச்சு. குழந்தையைக் கூட்டிண்டு போ. அட, நீ ஒண்ணு. சின்னக் குழந்தையாட்டமா அழறயே! அம்பு, எல்லோரும் திரும்பிப் பாக்கறா, அடி அசடே.”

ஜானுவுக்குப் பட்டென்று கண்களிலிருந்து நீர் வழிந்தது. அம்மாவையும் டாக்டரையும் ரகசியமாகப் பார்த்தாள். நல்ல வேளை, யாரும் கவனிக்கவில்லை. கீழே குனிந்து பாவாடை விளிம்பால் கண்களைத் துடைத்துக்கொண்டாள்.

கார் கனவேகமாகப் பறந்துகொண்டிருந்தது.

கார் விளக்குகளின் ஒளி, விருட்சங்கள் மேல் விழுவதைக் கண் கொட்டாமல் பார்த்துக்கொண்டிருந்தாள் ஜானு. கண்ணைக் கிறக்குவதுபோலிருந்தது. அம்மா பக்கத்தில் நெருங்கி, அவள் உடம்பில் உரசியபடி உட்கார்ந்துகொண்டாள். முகம் அம்மாவின் தோளில் சாய்ந்தது.

“தூக்கம் வறதாடீ?”

"ம்."

கார் நின்றது.

டாக்டர் இறங்கி, பின்புறக் கதவைத் திறந்தார்.

ஜானு பின்சீட்டில் படுத்துக்கொண்டாள். கார் மீண்டும் புறப்பட்டது மட்டும் அவளுக்குத் தெரியும்.

கண் விழித்துப் பார்த்தபோது காரில் யாருமே இல்லை. காருக்குள் விளக்குமட்டும் எரிந்துகொண்டிருந்தது. வெளியே எட்டிப் பார்க்கத் தலையை நீட்டினாள். கண்ணாடிக் கதவில் தலை மோதிற்று.

ஐயோ, எந்த இடம் இது? என்னைத் தன்னந் தனியாக விட்டு விட்டு எங்கே அம்மா போய்விட்டாய்?

"அம்மா!"

. . .

"அம்மா!"

ஜானுவுக்கு வயிற்றைப் பிசைந்தது.

'ஓ' என்று அழ ஆரம்பித்தாள்.

"எதுக்கடீ இப்போ அழறெ? தப்பு தப்புன்னு ஒத்துண்டாச்சோ இல்லையோ . . . அப்புறம் என்ன அழுகை வேண்டி இருக்கு?"

"தப்புன்னு ஒத்துண்டுட்டா எல்லா இடமும் பாத்தாப்லெ ஆயுடுமோ? தோட்டமெல்லாம் பாக்கலாம்னு ஸ்கூல்லெ லீவு எடுக்கச் சொன்னே. எடுத்துண்டு வந்து என்ன பாத்துட்டேனாம்? ஒண்ணும் பாக்கலே."

"நான் மட்டும் என்னெத்தே பாத்துட்டேனாம்?"

"பாக்கலையாக்கும்? நீ தான் என்னெ விட்டுவிட்டு, டாக்டர் மாமாகூட சுத்தி அடிச்சுட்டு வந்தியே! தூங்கி முழிச்சுப் பாத்தா யாரையுமே காணோம்! தன்னந்தனியா இருட்டிலே அந்தக் காரிலே உக்காந்துண்டு என்ன பயம் பயந்தேன்னு உனக்குத் தெரியுமா?"

ஜானு முகத்தை மூடிக்கொண்டு கேவினாள். துக்கம் தாங்கமுடியாமல் முகம் கோணி வலித்தது.

"இருந்தாலும் நீ என்னெ தன்னந்தனியா விட்டுட்டுப் போயுட்டியே."

அம்புஜம் ஒன்றுமே பேசவில்லை.

"இனிமே நீ என்னை ஓரெடமும் கூட்டிண்டு போக வேண்டாம். நீயும் டாக்டர் மாமாவும் எங்கே வேணும்னாலும் போங்கோ."

"நானும் போகலெ. அவ்வளவுதானே?"

"இப்போ எல்லாம் சொல்லுவே. டாக்டர் மாமா வந்ததும் டிரஸ் பண்ணிண்டு கிளம்பிடுவே."

"இனிமே போகலைன்னு சொல்றனே!"

"எதுக்குப் போகாமெ இருக்கணும்? எனக்காக நீ போகாமெ இருக்கவேண்டாம். நீ போய்க்கொ. எங்கே வேணும்னாலும் போய்க்கொ. நான் வரலெ. நான் வறது டாக்டர் மாமாவுக்குப் புடிக்கலெ."

". . ."

"உனக்கும் நான் வறது புடிக்கலெ."

"ஜானு!"

"வரவர என் முகத்தைக் கண்டாலே புடிக்கலெ உனக்கு."

"ஜானு வாயை மூடு."

"என்னைப் பார்த்தாலெ எரியறது உங்களுக்கு."

"வாயை மூடு என்றால் மூடேன், சனியனே!"

'பளீ'ரென்று ஜானுவின் முதுகில் ஒரு அடி விழுந்தது.

ஜானு அலறிக்கொண்டே தன் அறைக்குச் சென்றாள்.

டாக்டர் ஒவ்வொரு வாசலுக்கும் தலையைக் குனிந்தபடி வந்து கொண்டிருந்தார்.

ஜானுவின் வீட்டையும் பள்ளிக்கூடத்தையும் தாண்டித்தான் ஆஸ்பத்திரிக்குப் போகவேண்டும் டாக்டருக்கு. ஜானு வழக்கமாக வீட்டு வாசலில் காத்துக்கொண்டிருப்பாள். டாக்டர் காரில் ஏற்றிக்கொண்டு செல்வார்.

அன்று ஜானு பள்ளிக்கூடத்துக்கு நடந்தே சென்றாள்.

'இனிமேல் என் ஆயுஸில் இவர் காரில் ஏறமாட்டேன்.'

ஜானுவின் இருபுறமும் பேசியபடி வந்து கொண்டிருந்த தோழிகள் 'கார்' 'கார்' என்று கத்திக்கொண்டே ஒருவருக்கொருவர் முட்டி மோதிய வண்ணம் ஒதுங்கினார்கள்.

கார் 'க்ரீச்' சென்று பிரேக் போட்டு நின்றது.

ஜானுவின் காலண்டையில் காரின் முன் சக்கரம்.

ஜானு பல்லைக் கடித்துக்கொண்டு விறைப்பாக நின்றாள்.

"ஜானு, ஏறு வண்டியிலே."

ஜானு திரும்பிப் பார்த்தாள்.

பச்சைக்காரின் முன்புறக் கதவு திறந்து கிடந்தது.

"ஜானு!"

"நான் வரலெ."

கார் ஊர்ந்து முன்னால் வந்தது.

"ஏன்?"

"நான் நடந்தே போறேன்."

"ஏறுன்னா."

"ஒங்க காரிலே ஓசி சவாரி போறதுக்கு யாரும் இங்கே காத்துக் கிடக்கலெ."

"அடி ராங்கி!"

கார் புறப்பட்டுப் போய்விட்டது.

அன்று மாலை ஜானு பள்ளிக்கூடம் முடிந்து வீட்டுக்கு வந்து கொண்டிருந்தபொழுது பச்சைக் கார் மீண்டும் அவள் பக்கத்தில் வந்து நின்றது.

"ஜானு, ஏறு."

ஜானு வரவில்லையென்று சொல்ல வாயெடுத்தாள்.

சட்டென்று அடக்கிக் கொண்டாள்.

டாக்டர் கதவைத் திறந்தார். ஜானு ஏறி உட்கார்ந்து கொண்டாள்.

கார் புறப்பட்டது.

"காலையிலெ ஒரே கோவமா இருந்தியே ஜானு, என்ன விஷயம்?"

"சேச்சே! சும்மா விளையாட்டுப் பண்ணினேன்."

"நான் சொல்லட்டுமா?"

"உம்."

"அன்னிக்கு உன்னைத் தன்னந் தனியா காரிலே விட்டுப் போயுட்டேன் என்றுதானே?"

"அப்படி யொண்ணுமில்லே."

"இன்னிக்கு நானும் அம்மாவும் சினிமாவுக்குப் போகப் போகிறோம். ரெடியா இரு. உன்னையும் கூட்டிண்டு போறேன்."

ஜானு சும்மா இருந்தாள்.

"ஆறு மணிக்கு நான் வருவேன்னு அம்மாவிடம் சொல்லு."

ஜானுவுக்கு மூளை வேலை செய்தது.

"மாமா! அம்மா சாயங்காலம் ஆத்திலெ இருக்க மாட்டாளே!"

"ஏன்?"

"மத்தியானம் அம்மா சொன்னா, 'நான் சாயங்காலம் இங்கே இருக்கமாட்டேன். டாக்டர் மாமா வந்தா, நான் இல்லேன்னு சொல்லிடு' அப்டீன்னா."

"அப்படியா?"

"ஆமாம்."

ஜானுவை இறக்கி விட்டுவிட்டுக் கார் சென்றது.

ஜானு புத்தகத்தை மேஜைமீது விட்டெறிந்து விட்டு மாடிக்குச் சென்றாள்.

அம்புஜம் கண்ணாடியின் முன் நின்றுகொண்டு பின்னல் போட்டுக் கொண்டிருந்தாள்.

சினிமாவுக்கா புறப்பட்டிருக்கிறாய்? இன்றைக்கு சினிமா வுக்குப் போய்விட்டு வந்துதான் மறுகாரியம் பார்ப்பாய் இல்லையா? என்னை விட்டுவிட்டு தினம் தினம் சினிமா, டிராமா . . .

தெரு வீதியில் ஹார்ன் சப்தம் கேட்டது.

அம்புஜம் ஜன்னல் வழியாக எட்டிப் பார்த்தாள். திரும்பி வந்து கண்ணாடியின் முன் நின்றுகொண்டு பவுடர் போட்டுக் கொள்ள ஆரம்பித்தாள்.

ஜானு கட்டிலில் படுத்துக்கொண்டிருந்தாள்.

"ஜானு."

"ம்."

“உனக்குப் பரீட்சை வந்தாச்சோல்லையோ? நீ ஆத்துல படிச்சுண்டிரு. வேலைக்காரி துணைக்கு இருப்பா. நான் வெளியிலே போயுட்டு வந்துவிடுகிறேன்.” தயங்கித் தயங்கிச் சொன்னாள் அம்புஜம்.

“சரி அம்மா.”

“வரக் கொஞ்சம் நேரம் ஆனாலும் ஆகும். என்ன?”

“சரி அம்மா.”

“என் கண்ணு, சமத்து.” ஜானுவின் கன்னங்களில் உள்ளங்கையை அழுத்தினாள்.

“வா, கீழே போய்க் காப்பி சாப்பிடுவோம்.”

ஜானு சாதுக் குழந்தையாய் அம்மாவைப் பின் தொடர்ந்தாள்.

மறுநாள் சாயங்காலம் வழக்கம்போல் பச்சைக் கார் மரத்தடியில் வந்து நின்றது.

ஜானுவுக்கு நெஞ்சு படபடக்க ஆரம்பித்துவிட்டது. மடமடவென்று தன் அறைக்குள் புகுந்துகொண்டாள்.

அறைக்குள் நிலைகொள்ளாமல் குமைந்தாள் ஜானு. அம்மா அறைக்குள் வருவதை ஒவ்வொரு நிமிஷமும் எதிர் பார்த்துக்கொண்டிருந்தாள். இப்பொழுது என்ன செய்வது? எங்கேயாவது வெளியே போய்விடுவோமா? போனால் என்ன புண்யம்? இரவு திரும்பி வருகிற பொழுது . . .

இரவு ஏழு மணிக்கு டாக்டர் கார் புறப்படும் ஓசை கேட்டது.

“ஜானு.”

மாடியிலிருந்து குரல்.

“ஜானு.”

அம்மா ஒவ்வொரு அறையாகப் பார்த்துக்கொண்டே வருகிறாள்.

“ஜானூ.”

கோபத்தின் உக்ரம் குரலில் தெரிகிறது.

“ஜானு!”

அம்மா அறைவாசலுக்கு வந்துவிட்டாள். திரும்பிப் பார்ப்பதற்கேப் பயமாக இருந்தது ஜானுவுக்கு. மேஜை விளிம்பை அழுத்திப் பிடித்துக்கொண்டாள்.

"ஜானு, டாக்டர் மாமாவிடம் என்னடீ சொன்னே?"

முகத்தைப் பிடித்து வெடுக்கென்று திருப்பினாள் அம்புஜம். ஜானு அம்மாவின் கண்களைப் பார்த்தாள். காளியின் கண்கள்! திடீரென்று ஜானுவின் உடம்பிலிருந்து பய உணர்ச்சி கழன்றோடிற்று. மனது நிமிர்ந்தது.

"என்னது?"

"டாக்டரிடம் என்ன சொன்னே?"

"பொய் சொன்னேன்."

"என்னது?"

"பொய்."

"எதுக்கு?"

"அப்படித்தான் சொல்வேன்."

அம்புஜத்திற்குத் தலையில் யாரோ அடித்தது போலிருந்தது.

"இனிமேல் சொல்லாதே?"

"சொல்வேன்."

முதுகில் ஒரு ராட்சஸ அடி விழுந்தது.

"அப்படித்தான் சொல்வேன்!"

அடி. அடிக்குமேல் அடி. முதுகில், முகத்தில், தலையில் . . .

"இனிமே பொய் சொன்னா கொன்னுடுவேன்."

"கொன்னுடு. நிறையப் பொய் சொல்வேன். அப்படித் தான் சொல்வேன்."

"அவ்வளவு திமிரா நாயே உனக்கு?"

படீரென்று கீழே பிடித்துத் தள்ளினாள்.

"ஐயோ!" என்று அலறிக்கொண்டே தடாலென்று கீழே விழுந்தாள் ஜானு.

கூடத்தைப் பெருக்கிக்கொண்டிருந்த வேலைக்காரி ஓடி வந்தாள்.

"அந்தப் பொண்ணே அடிச்சுக் கொன்னுப்புடாதேங்கம்மா." வேலைக்காரி அம்புஜத்தின் கையைப் பிடித்தாள்.

"ஒண்ணுலே அவ சாகணும்; இல்லேன்னா நான் சாகணும் . . . இனிமே பொய் சொல்வாயாடீ?"

"சொல்வேன்."

காலால் ஓங்கி உதைத்தாள் அம்புஜம்.

"அம்மா! என்னெ கொன்னுடு, என்னெ கொன்னுடு."

"ஐயோ, அந்தப் பொண்ணே கொன்னுடாதேங்கம்மா." வேலைக் காரி அம்புஜத்தைத் தள்ளிக்கொண்டு வெளியே வந்தாள்.

அம்புஜம் மாடிக்குச் சென்று தலையில் அடித்துக்கொண்டு அழ ஆரம்பித்தாள்.

மாடியிலிருந்தும் கீழே இருந்தும் கேவிக்கேவி அழும் சப்தம் வெகுநேரம் கேட்டுக்கொண்டிருந்தது.

மறுநாள் ஜானுவுக்குப் பள்ளிக்கூடம் போக முடியவில்லை. அவள் அம்மாவும் விசாரிக்கவில்லை. அன்று பூராவும் ஜானு அறையில் அடைந்து கிடந்தாள். அம்புஜம் மாடியிலிருந்து கீழே வரவில்லை.

இரவு வழக்கம்போல் டாக்டர் வந்தார். ஒவ்வொரு வாசலுக்கும் தலையைக் குனிந்துகொண்டே வந்து, மாடிக்குச் சென்றார்.

ஜானு மெதுவாக அறையைவிட்டு வராண்டாவுக்கு வந்தாள்.

வெளியே சீதளமான காற்றடித்துக் கொண்டிருந்தது.

டாக்டர் காரைப் பார்த்ததும் முதல் நாள் நடைபெற்ற சம்பவங்கள் நினைவுக்கு வந்தன.

கோள் சொல்லி டாக்டர். அம்மாவிடமிருந்து உதை வாங்கித் தர வேண்டுமென்றே கோள் சொல்லிக் கொடுத்திருக் கிறார். அம்மா ஒரு நாளும் இப்படி என்னை உதைத்ததில்லை. கோபித்துக் கொள்வாள், கூப்பாடு போடுவாள். ஆனாலும் ஒரு நாளும் இப்படி அடித்ததில்லை. அப்பா, உடம்பெல்லாம் என்ன வலி வலிக்கிறது!

நிலவு காய்ந்து கொண்டிருந்தது.

சுயப்பிரக்ஞை இல்லாமலே காரின் அருகில் சென்றாள் ஜானு. காரில் வைத்திருக்கும் கண்ணாடியில் முகத்தைப் பார்த்தாள்.

ஐயோ, என்ன இது! முகமெல்லாம் வீங்கிப் போயிருக்கே! டாக்டர் மாமா, பார்த்தீர்களா உங்கள் கைங்கரியத்தை? தாங்ஸ் மாமா. இன்றும் கோள் சொல்லிக்கொடுத்து என்னைக் கொன்றுவிட முடியுமா என்று பாருங்கள். அதோடு சனி தொலைந்து விடும்.

ஜானுவின் மனதில் புகைச்சல்; அடக்க முடியாத புகைச்சல். எல்லையில்லாத குரோத உணர்ச்சி மனதுள் பேய்க்கூத்தாடியது.

மரத்தடியில் நிழலும் ஒளியும் பூக்கோலம் போட்டுக் கொண்டிருந்தன. காற்று, கோலத்தை அழித்துக் கோலம் போட்டுக் கொண்டிருந்தது.

ஜானு மாடியை அண்ணாந்து பார்த்தாள். அம்மா டாக்டர் பக்கத்தில் நின்றபடி ஏதோ சொல்லிக்கொண் டிருக்கிறாள். என்ன தான் சொல்வாள்?

'நேற்று ஜானுவை நொறுக்கிப்புட்டேன்.'

'சபாஷ்! அப்படித்தான் வேண்டும் அவளுக்கு. தினசரி மாலை பூசை கொடுத்தால் சரியாக வந்துவிடும் உடம்பு.'

'இருந்தாலும் பாவம், குழந்தை.'

'என்ன பாவம்...? கள்ளி!'

நீங்கதான் கள்ளன். திருடன். எங்கள் வீட்டில் உங்களுக்கு என்ன ஜோலியாம்? வெட்கமில்லையா? மானமில்லையா? டாக்டராம் டாக்டர். குரங்கு... கருங்குரங்கு.

காருக்குள் எட்டிப் பார்த்தாள் ஜானு. முன் சீட்டில் டாக்டரின் மருந்துப் பெட்டி இருந்தது. அப்படியே அதைத் தூக்கினாள். என்ன கனம்!

நேராக பின்புறம் ஓடினாள்.

மாடியில் பேசுவது கேட்கிறது. சருகுகள் பறக்கும் ஓசையும் அமைதியில் கனத்தது. ஜானுவின் நெஞ்சு படபடவென்று அடித்துக்கொண்டது. கால்கள் ஏதோ பாதாளத்தில் இறங்குவது போல் தோன்றிற்று. பின்னால் யாரோ ஓடிவருவது மாதிரி ஓசை கேட்டது. திரும்பிப் பார்த்தாள். யாருமில்லை. மாதுளஞ் செடியின் மீது யாரோ உட்கார்ந்து கொண்டிருக்கிறான். "ஐயோ!" சப்தம், குதிக்கவில்லை. ஒன்றுமில்லை, ஒன்றுமில்லை. வேலைக்காரி கிளிசல் துண்டை உலர்த்தியிருக்கிறாள்.

நேராகக் கிணற்றடிக்குச் சென்றாள். கிணற்றுச் சுவரில் மருந்துப் பெட்டியை வைத்தாள்.

மாடி விளக்கு அணைந்ததும் பின்புறமெங்கும் லேசாக இருட்டுப் பரவிற்று.

பெட்டியைக் கிணற்றுக்குள் தள்ளினாள். ஒரே ஓட்டம். சில கஜ தூரம் ஓடி வந்ததும் கிணற்றுள் பொத்தென்று ஓசை கேட்டது.

நேராகத் தன் அறைக்கு வந்து, போர்வையைத் தலை வழி போர்த்திக்கொண்டு படுத்தாள் ஜானு.

அப்பொழுதும் நெஞ்சு கொதித்துக் கொண்டுதானிருந்தது.

ஜானுவுக்கு உடம்பில் காயங்கள் ஆறிவிட்டன. உடம்புக் காயங்கள் ஆறாதா என்ன?

ஜானு இப்பொழுது எங்கும் வெளியே செல்வதில்லை. அம்மா உத்தரவு அப்படி. தன்னந் தனியாக அறையில் அடைந்து கிடப்பதும் ஜானுவுக்குப் பழகிவிட்டது. திருப்தியாகவும் இருந்தது என்று சொல்லலாம்.

அவளுக்கு ஒரே ஒரு ஆசை. அம்மாவையும் டாக்டரையும் சதா கிளறிக் கிளறிப் பார்க்கவேண்டும். வேறொன்றும் வேண்டாம். அதுவே அவளுக்குத் திருப்தி.

வீட்டில் தினம் ஒரு ரகளை ஏற்பட வேண்டும். அதில் பரம சந்தோஷம். சண்டையும் சச்சரவும், அழுகையும், உதையும், கண்ணீரும், வேதனையும் முடிவில் நிம்மதியைத் தேடிக் கொடுத்தது அவளுக்கு. நிரந்தரமான நிம்மதியா? தற்காலிக மாகத்தான். எப்படியேனும் மனதைச் சித்ரவதை செய்யும் குரோத உணர்ச்சிக்குப் போக்குக் காட்ட வேண்டுமே!

ஜானு, தன் வழியே சாந்தியைத் தேடிக்கொண்டுதானிருந் தாள். அதற்கும் சந்தர்ப்பம் இல்லாமலா போகும்? நிகழ்ச்சிகள் தானாகவே விளையும். அல்லது சிருஷ்டித்துக்கொள்ள வேண்டியதுதான்.

இரண்டிலும் ஜானுவின் கவனம் சென்றது.

ஒருநாள் பள்ளி விட்டு, தோழிகளுடன் வந்துகொண் டிருந்தாள் ஜானு. மெதுவாகப் பேச்சைக் கிளப்பினாள்.

“சுப்பு, ஏண்டி நீ இப்பொ எங்காத்துக்கு வறதே இல்லெ?”

“சும்மாதான்.”

“சும்மாதான்னா என்ன அர்த்தம்?”

“எங்க அம்மா விளையாட விடமாட்டாங்க.”

“பாப்பா ஆத்துக்கு மட்டும் விளையாடப் போறியே?”

“அவுங்க வீட்டுக்குப் போனா ஒண்ணும் சொல்ல மாட்டாங்க.”

“எங்காத்துக்கு வந்தா என்ன சொல்வா?”

“கோவிச்சுக்கறாங்க. அவுங்க வீட்டுக்குப் போனியா, காலெ வாங்கிடுவேங்கறாங்க.”

“ஏன்?”

“ஏனோ.”

“சொல்லுடீ.”

“எனக்கு என்ன தெரியும்?”

“தெரியும் உனக்கு. மறைக்கிறே.”

“இல்லெ.”

“சரி, ஆணை போடு பார்க்கலாம்.”

“அது மாட்டேன்.”

“பாத்தியா, பாத்தியா! சொல்லமாட்டெல்லெ? சுப்பு, சொல்லுடீ, இல்லென்னா . . .”

“வந்து . . . வந்து . . .”

“சும்மா சொல்லு.”

“எங்கம்மாவுக்கு உங்கம்மாவெப் புடிக்கலெ.”

“ஏன் புடிக்கலெ?”

“பாத்தியா? இப்படியெல்லாம் கேட்டா, நான் என்ன சொல்வேன்? உங்கம்மாவைப்பத்தி எங்கம்மா என்ன என்னமோ சொல்றாங்க. ஒண்ணும் வெளங்கலெ எனக்கு.”

“என்ன சொல்றா?”

“நீ ஒண்ணு. போடீ.”

“சுப்பு, சொல்லுடீ, நான் யாரிட்டேயும் சொல்லமாட்டேன்.”

“உங்கம்மாவிடம் அளப்பெ.”

“சத்தியமா மாட்டேன்.”

வெடுக்கென்று சுப்புவின் கையை இழுத்து உள்ளங்கையில் அடித்தாள் ஜானு.

சுப்பு காதோடு சொன்னாள்: "உங்க வீட்டுக்கு ஒரு டாக்டர் வறாரில்லே, அவரு ரொம்ப மோசமாம். உங்கம்மாவும் ரொம்ப மோசமாம்."

"மோசம்னா?"

"கெட்டவங்கனு."

"அப்டீனா?"

"போடி போ" என்று சொல்லிக்கொண்டே ஓடிவிட்டாள் சுப்பு.

ஜானுவிற்கு எல்லையில்லாத மனக்கிளர்ச்சி. ஆனால் அதனுள் ஒரு மனச்சாந்தி. ஒரளவு திருப்தியுடன் வீட்டிற்கு வந்தாள். குறைந்த பட்சம் மனதைக் கிளறி விடுவதற்கும் கிளறி விட்டுக்கொள்வதற்கும் ஒரு சந்தர்ப்பம். அம்மாவிடம் போய்ச் சொல்வதற்கும் ஒரு விஷயமிருக்கிறதென்பதில் அற்பக் குஷி.

வீட்டிற்கு வந்ததும், ஜானு அம்மா எங்கே என்றுதான் தேடினாள்.

இப்பொழுதெல்லாம் ஜானுவைப் பார்ப்பதற்கே பயந்தாள் அம்புஜம்.

அந்த பலவீனத்தையும் ஜானு புரிந்துகொண்டு விட்டாள்.

"அம்மா!"

"என்னடீ?"

"சுப்பு இனிமேல் நம்மாத்துக்கு வரவே மாட்டாளாம்மா."

ஆரம்பமாகிறது என்பதைப் புரிந்துகொண்டாள் அம்புஜம். எப்படியாவது தப்பித்துக்கொள்ள வேண்டுமென்ற எண்ணத்தில் "வராவிட்டால் போகிறாள்" என்று சொல்லிக் கொண்டே அறையை விட்டு வெளியே கிளம்பினாள்.

ஜானுவுக்குப் புரிந்துவிட்டது. அப்படியா சங்கதி, விடுகிறேனா பார்.

ஜானு பின்தொடர்ந்தாள்.

"அவ அம்மா, நம்மாத்துக்கு வரக் கூடாதுன்னு சொன்னாளாம்."

"ஏன்?"

"நான் சொல்ல மாட்டேன்."

"சரி, வேண்டாம்."

அம்புஜம் உள்ளே சென்றாள்.

ஜானு பின் தொடர்ந்தாள்.

"அம்மா! சுப்புவோட அம்மா நீ கெட்டவள்னு சொன்னாளாம். டாக்டர் மாமாவும் ரொம்பக் கெட்டவர்ன்னு சொன்னாளாம்."

"சீ, வாயை மூடு! தினம் தினம் எதையாவது மூட்டை கட்டிண்டு வந்து அவுக்கறது சனியன். போ இங்கிருந்து." அம்புஜம் ஜானுவை லேசாகப் பிடித்துத் தள்ளினாள்.

ஜானு ஓவென்று அழுதுகொண்டே அறைக்குச் சென்றாள். சிறிது நேரம் நினைத்து நினைத்து அழுததும், அன்று காலையிலிருந்து தலையில் வைத்துக்கொண்டிருந்த பாரத்தைக் கீழே வைத்தது போலிருந்தது.

மறுநாள் ஜானு பள்ளிக்கூடத்துக்குப் புறப்பட்டு நிற்கிற பொழுது. "ஜானு, ஸ்கூல் விட்டு நேராக வீட்டுக்கு வந்துவிடு" என்றாள் அம்புஜம்.

மாலை மணி அடித்ததும் அம்மா சொல்லி அனுப்பியது ஜானுவுக்கு ஞாபகம் வந்தது.

'நீயும் டாக்டரும் ஊர் சுற்றுவதற்கு நான் வீட்டில் காவல் இருக்கணும். இன்று எங்காவது சுத்திவிட்டு மெதுவாக வீட்டிற்குப் போனால் போதும்.'

பாப்பா வீட்டில் கொலு. நேராக அங்கு சென்றாள் ஜானு. ஒரு பாட்டுப் பாடி, சுண்டல் வாங்கிக்கொண்டாள்.

"அம்பு பொண்தானேடீ இது?" என்று கேட்டுக்கொண்டே உள்ளேயிருந்து ஒரு பாட்டி வந்தாள். முழங்கையில் உலர்ந்த தோசை மா ஒட்டிக்கொண்டிருந்தது.

"ஆமாம் அம்மா" என்றாள் பாப்பாவின் தாயார்.

"இந்தப் பொண்ணெ நெனச்சாத்தான் எனக்கு அடிவயத்தே என்னமோ சேறதுடீ அம்மா. தங்கமான பொண். ஏண்டி அம்மா, உங்காத்துக்கு அந்த பட்டுவிழுவான் வரானோடி?"

"யாரு பாட்டி?"

"அந்த டாக்டர்டீ டாக்டர்."

"நீ ஒண்ணு. குழந்தையிடம் போய் வேண்டாத கேள்வியெல்லாம் கேட்காதே?"

"இப்போ என்ன குத்தமா கேட்டேன்? ஆம்படையான் இல்லாத ஆத்திலெ அன்னியனெ ஆத்தோட வைச்சிண்

டிருக்கலாம்; நான் கேட்கப்படாது இல்லையோ? எல்லாத்தையும் ஒருவன் பாத்துண்டிருக்கான். அதெ மட்டும் மறந்துடறா மனுஷா. பாவம், இந்தப் பொண் முகத்தைப் பார்த்தாத்தான் எனக்குக் கண்றாவியா இருக்கு."

"போயுட்டு வரேன் மாமி."

"போயுட்டு வாடீ அம்மா."

ஜானு வெளியே வந்தாள்.

லேசாக சாரல் தூறிக்கொண்டிருந்தது. குடையில்லாதவர்கள் அக்கம்பக்கம் ஓடி ஒண்டினார்கள்.

ஜானு நட்ட நடுவில் நடந்து போய்க்கொண்டிருந்தாள். திடீரென்று டாக்டர் நினைவு வந்தது.

டாக்டர் கார் இப்பொழுது இங்கு வந்தாலும் வரலாம். வந்தால் யார் ஏறப்போகிறார்கள் அதில்?

'ஜானு, காரில் ஏறு.'

'ஒண்ணும் வேண்டாம். நீங்கபாட்டுக்குப் போங்கோ.'

'ஏண்டி?'

'ஏண்டியும் தோண்டியும்! உங்கள் காரை நம்பிண்டுதான் ஜானு வெளியிலே கிளம்பினாளோ? வேலையைப் பாத்துண்டு போங்கோ. உங்க மூஞ்சியைப் பார்த்தாலே எரியறது எனக்கு.'

'இரு இரு, அம்மாவிடம் சொல்றேன்.'

'எங்கவேணும்னாலும் போய்ச் சொல்லுங்கோ. நாய் குரைச்சுதுன்னா யார் கவனிக்கப்போறா?'

பக்கத்தில் பச்சைக் கார் வந்து நின்றது. திடுக்கிட்டுத் திரும்பினாள்.

"ஜானு, மழையிலே நனயறயே?"

திரும்பிப் பார்த்துவிட்டு ஓட ஆரம்பித்தாள்.

"ஜானு, ஏண்டி மழையிலே ஓடறே? ஜானு . . . ஜானு . . ."

ஜானு திரும்பியே பார்க்காமல் ஓடினாள்.

மழை கொட்டிக் கொண்டிருந்தது.

ஜானுவுக்குக் காய்ச்சல். படுக்கையோடு படுக்கையாய்க் கிடந்தாள். கண் விழிக்கவே இல்லை.

மணி ஆறு அல்லது ஏழு இருக்கும்.

வாசலில் கார் நிற்கும் சப்தம் கேட்டது.

ஜானு லேசாகக் கண்ணைத் திறந்து பார்த்தாள்.

டாக்டர் உள்ளே போய்க்கொண்டிருந்தார்.

டாக்டர்... டாக்டர். ஒரு நாள் தவறாமல் வந்துவிடுகிறாரே. வந்தால் ஆசார உபசாரம்தான். காப்பி, பட்சணம். விதவிதமாகச் செய்து போடுகிறாள் அம்மா. முன்னால் எல்லாம் அப்பா ஊரிலிருந்து வந்தால் எப்படி நடந்துகொள்வாளோ அப்படியே நடந்துகொள்கிறாள். இப்பொழுது காய்ச்சலில் படுத்துக்கொண்டிருக்கும் என்னைத் திரும்பிக்கூடப் பார்க்கவில்லையே அம்மா! இல்லை, இன்று காலையில் வந்தாளே... ஆமாம் வந்தாள்.

"ஜானு, உடம்புக்கு என்னடீ?"

என்ன பதில் சொல்லவேண்டி இருக்கிறது இவள் கேள்விக்கு!

"சாயங்காலம் டாக்டர் வந்தால் பார்க்கச் சொல்லலாம்."

டாக்டர் வந்தால்... வராமலிருந்துவிடுவாராக்கும் டாக்டர்! தினம் டிராமா சினிமா என்று தொலைய வேண்டாமா? நான்தான் ஒரு பெரிய இடைஞ்சல். டாக்டருக்கு என்னைக் கண்டாலே வயிறு எரிகிறது. இனிமேல் இங்கு எனக்கு என்ன வேலை? போய்விட வேண்டியதுதான். எங்கே போவது? எங்கேயாவது போய் வேலை செய்து பிழைக்கவேண்டும். காமாட்சி மாமி வீட்டில் ஒரு பெண் வேலை செய்கிறாளே, அவளும் என்னை மாதிரித்தானே? அதுபோல் எங்கேயாவது தொலைய வேண்டியதுதான். குழாயிலிருந்து தண்ணீர் பிடித்துக் கொடுக்கவேண்டும். கறிக்கு அரைத்துக் கொடுக்க வேண்டும்... குறுக்கை முறித்து விடுவார்கள். கண்டபடி பேசுவார்கள். கேட்டுக்கொள்ள வேண்டியதுதான்.

'சனியனே, குழம்பாடி வச்சிருக்கே? உன் மூஞ்சியிலே கொட்ட.'

'இனிமே கவனிச்சு வைக்கிறேன் மாமி.'

'கவனிக்கப்போறே. தினசரி முட்டிக்கறெனே, காதிலே விழலை பொணத்துக்கு?'

கல்கத்தாவிலிருந்து அப்பா கடிதமெழுதியிருக்கிறார். 'ஜானுவைப் பார்க்காமலிருப்பது மிகவும் சிரமமாகத்தானிருக்

கிறது. நேற்று பார்க் பக்கம் போயிருந்தேன். வங்காளப் பெண்ணொன்று நின்றுகொண்டிருந்தது. அசல் நம்ம ஜானு மாதிரியே இருந்தது. அப்படியே கண்கள் நிறைந்துவிட்டது. ஒரு பாக்கெட் பிஸ்கட் வாங்கிக் கொடுத்தேன் அந்தப் பெண்ணிற்கு. ஜானுவிடம் அன்பாய் நடந்துகொள். கோபித்து விட்டு, பின்னால் வருந்தாதே. மாலை வேளைகளில் அவளை வெளியே கூட்டிக்கொண்டு போ. என்னுடைய உடல் மட்டும் தான் இங்கு திரிந்துகொண்டிருக்கிறது. ரூபாயும் அனுப்பி வைக்கிறேன்.' – செல்லமாக இருக்க வேண்டுமாம். இங்கு காலையிலும் மாலையிலும் உதைபடுகிறது அப்பா, உதைபடுகிறது!

ஐயோ பாவம் அப்பா நீங்கள். உங்களுக்கு என்ன தெரியும் இங்கு நடக்கிற கூத்தெல்லாம்? இப்பொழுது இந்த வீடு எப்படி இருக்கிறது என்று நினைத்துக்கொண் டிருக்கிறீர்கள்? இங்கே புதிசா ஒரு கருங்குரங்கு முளைச்சிருக்கு. அதுக்குத்தான் எல்லா அதிகாரமும். அது கோள் சொல்லிக் கொடுத்து எனக்கு உதை வாங்கித் தருகிறது. நீங்கள் வந்தால்கூட அது உங்களை வீட்டில் நுழையவிடாமல் விரட்டிவிடும்.

'டாக்டர், இந்த வீட்டிலே உங்களுக்கு என்ன அதிகாரம்?'

'இது யாருடைய வீடு? என்னுடையதுதானே?' (அட அநியாயமே!)

டாக்டரும் அம்மாவும் வரண்டாவில் நின்றுகொண் டிருக்கிறார்கள். அம்மா என் கையைப் பிடித்துக்கொண் டிருக்கிறாள்.

அப்பா வெளியே படியில் நின்றுகொண்டிருக்கிறார். கையில் ஒரு சிறு பை. குதிரை வண்டிக்காரன் பின்னால் நிற்கிறான்.

'உங்களுடைய வீடா இது? டாக்டர் என்ன சொல்லு கிறீர்கள்?'

'ஆமாம் என்னுடைய வீடுதான். எனக்கே சொந்தம்.'

'அம்பு. என்ன இது? என்ன சொல்கிறார் டாக்டர்?'

'டாக்டர் சொல்வது சரிதானே? (அடி பாவி!) அவருடைய வீடுதானே இது?'

'அப்பொழுது நான்?'

'எனக்குத் தெரியாது.'

'தெரியாது?'

‘தெரியாது.’

‘அப்பா’ என்று கத்திக்கொண்டே, அம்மா கையை விடுவித்துக்கொண்டு அப்பா பக்கம் ஓடுகிறேன். அப்படியே அப்பாவை அணைத்துக்கொள்கிறேன். அப்பா என் முதுகைத் தடவுகிறார்.

‘ஜானு, வா போவோம். நமக்கு இந்த வீட்டில் வேலை இல்லை.’

தலையைக் குனிந்தபடி சென்ற அப்பாவின் கையைப் பிடித்துக்கொண்டு போகிறேன். நானும் தலையைக் குனிந்து கொள்கிறேன்.

அம்மாவுக்குத் தெரியாமல் அப்பாவுக்கு ஒரு கடிதம் எழுதிப் போட்டுவிட வேண்டும்.

‘நீங்கள் இங்கு வந்து என்னைக் கூட்டிக்கொண்டு போய் விடுங்கள் அப்பா. உடனடி வாருங்கள். இனிமேல் என்னால் ஒரு நிமிஷம்கூட இங்கு இருக்க முடியாது. என்னைக் கரித்துக் கொட்டுகிறாள் அம்மா. அழுக்கு ஜம்பரையும் பாவாடையையும் கட்டிக்கொண்டு நான் ஸ்கூலுக்குப் போகிறேன். எனக்கு இப்பொழுது காய்ச்சல். அம்மா என் பக்கம் வருவதே இல்லை. சத்தியமாய்ச் சொல்கிறேன்: நீங்கள் வந்து என்னைக் கூட்டிக்கொண்டு போகாவிட்டால் டாக்டரும் அம்மாவும் சேர்ந்து என்னைக் கொன்றேவிடுவார்கள்.’

அறையில் விளக்கு விழுந்தது.

ஜானு கண்களைத் துடைத்துக்கொண்டாள்.

எதிரே அம்மாவும் டாக்டரும் நின்றுகொண்டிருந்தார்கள்.

“எதற்கடீ காய்ச்சல் அடிக்கிறபோது சதா சமயமும் அழுது கொண்டிருக்கிறாய்?”

“கண் சிவந்திருக்கே!” என்றார் டாக்டர்.

சோதனை செய்து பார்த்தார்.

“ஜானு, தொண்டை வலி இருக்கா?”

பதிலில்லை.

“என்ன செய்கிறது சொல்லு.”

பதிலில்லை.

“நாக்கை நீட்டு.”

ஜானு வாயைத் திறக்கவில்லை.

"ஜானு காது கேக்கலியோ?" அம்புஜம் இரைந்தாள்.

ஜானு அசைந்து கொடுக்கவில்லை. அம்புஜத்திற்குக் கோபம் மூளையைத் தாக்கிற்று.

"மருந்து கொடுத்தனுப்புகிறேன்" என்று சொல்லிவிட்டு டாக்டர் போய்விட்டார்.

ஜானு கண்களை மூடிக்கொண்டிருந்தாள். கன்னத்தில் நீர் வழிந் தோடியது.

"ஜானு கண்ணைத் திற."

ஜானு கண்ணைத் திறந்தாள்.

"ஏண்டி, என்ன சேறது?"

ஜானு பதில் சொல்லவில்லை.

"டாக்டர் கேக்கக் கேக்க வாயைத் திறக்கவே மாட்டேன்னு சாதிச்சுட்டியே, என்னமா மருந்து தரதாம்?"

"ஆரு மருந்து தரணும்னு சொல்றா? தந்தா ஆரு குடிக்கப் போறா?"

அசந்துபோனாள் அம்புஜம்.

இரவு மருந்து வந்து சேர்ந்தது.

அம்புஜம் ஜானுவை எழுப்பினாள்.

"ஜானு, சமத்தில்லையா? மருந்தை மட்டும் குடிச்சுடுடீ அம்மா."

"வேண்டாம்."

"குடிக்கமாட்டே?"

"மாட்டேன்."

"ஏனாம்?"

"விஷம்."

"என்னது?"

"டாக்டர் என்னைக் கொன்னுடுவர்."

அம்புஜம் விக்கி விக்கி அழுதாள்.

அன்று இரவு முழுவதும் ஜானுவின் பக்கத்திலேயே உட்கார்ந்து கொண்டிருந்தாள் அம்புஜம்.

நடுநிசியில், "அப்பா, வந்துவிட்டேன்!" என்று கத்திக் கொண்டே ஜானு எழுந்து ஓட ஆரம்பித்தாள்.

அம்புஜம், ஜானுவை இழுத்துப் படுக்கையில் போட்டு, பக்கத்தில் அவளை அணைத்தபடி படுத்துக்கொண்டாள்.

மறுநாள் காய்ச்சல் இன்னும் உக்ரமாக அடித்தது.

காலையில் டாக்டர் வந்தார். ஜானுவிடம் அவர் ஒன்றுமே கேட்கவில்லை. சோதனைசெய்து பார்த்துவிட்டு அம்புஜத்தை நோக்கி "ஊசி போடவேண்டும்" என்றார்.

ஜானு கைகளை இழுத்து உடம்பிற்கு அடியில் வைத்துக் கொண்டாள்.

"ஜானு, ஊசி போட்டால்தான் காய்ச்சல் குறையும்னு டாக்டர் சொல்றார். கையைக் காட்டம்மா."

"வேண்டாம்."

"ஜானு, எனக்காகக் காட்டுடீ."

"நீ யாரு எனக்கு?"

"அம்மா."

"இல்லே. நீ டாக்டரோட சேந்துண்டு என்னெக் கொன்னுடுவே."

"ஈச்வரா! என்னைச் சோதிக்காதே" என்றாள் அம்புஜம்.

கடைசியில் டாக்டர், அம்புஜம், வேலைக்காரி மூன்று பேர்களும் சேர்ந்து பலாத்காரமாக ஜானுவின் கையை நாற்காலியோடு கட்டி வைத்தார்கள். டாக்டர் நரம்பில் ஊசி போட்டு விட்டுப் போனார்.

அன்று ஜானுவின் அருகிலிருந்து அசையவில்லை அம்புஜம். ஜானு பார்க்கிற பொழுதெல்லாம் அம்மாவின் கன்னத்தில் நீர் வழிந்தோடிக் கொண்டிருந்தது.

இழந்து போன தாய் மீண்டும் கைக்குச் சிக்கியது போல் இருந்தது ஜானுவுக்கு. சிறிது மன அமைதி.

காய்ச்சல் தணிய ஆரம்பித்துவிட்டது.

மாலை நேரம்.

ஜானு கண் விழித்துப் பார்த்தாள்.

அம்மாவைக் காணோம்!

மெதுவாகப் படுக்கையில் எழுந்து உட்கார்ந்து கொண்டு சுற்றும் முற்றும் பார்த்தாள். எங்கும் காணவில்லை. ஜன்னல் வழியாக வீதியில், தொலைதூரத்தில் பச்சைக் கார் வருவது தெரிந்தது.

ஜானு மெதுவாகக் கீழே இறங்கினாள். தலை சுற்றியது. கால்கள் நிதானமிழந்து தடுமாறின. சுவரைப் பிடித்துக் கொண்டே வந்து, வாசல் கதவைப் படீரென்று சாத்தித் தாளிட்டாள்.

சுவரைப் பிடித்துக்கொண்டே பின்புறம் சென்றாள். மாடியில் அம்மாவின் அரவம் கேட்டது. குழந்தைபோல் இரு கைகளையும் ஊன்றியவாறே படிக்கட்டுகளில் ஏறினாள். மாடிக் கதவையும் இழுத்துச் சாத்தி தாளிட்டாள். சாத்திய நிமிஷத்தில் கதவைத் தட்டினாள் அம்புஜம்.

"யாரது? யாரது?"

ஜானு வாயத் திறவாமல் கீழே இறங்கி, பழையபடி படுக்கையில் போய் விழுந்தாள்.

கார் மரத்தடியில் வந்து நின்றது.

"டக் . . . டக் . . . டக் . . . டக்."

வாசல் கதவைத் தட்டும் ஓசை.

"அம்பு . . . அம்பு!"

மாடிக்கதவைப் பலமாகத் தட்டும் ஓசை கேட்டது.

"ஜானு . . . ஜானு . . . ஜானு!"

ஜானு இரண்டு காதையும் பொத்திக்கொண்டு கவிழ்ந்து படுத்துக்கொண்டாள்.

"அம்பு . . . அம்பு!"

"ஜானு . . . ஜானு!"

வாசல் கதவைத் தட்டும் ஓசை.

மாடிக் கதவைத் தட்டும் ஓசை.

"அம்பூ, கதவைத் திற."

"ஜானூ, கதவைத் திற."

"அம்பூ . . ."

"ஜானூ..."

சிறிது நேரத்திற்குப் பின்னால் கார் புறப்படும் ஓசை கேட்டது.

மாலையில் வீடு கூட்ட வந்த வேலைக்காரி மாடிக் கதவைத் திறந்தாள்.

அன்று அம்புஜம் ஜானுவிடம் ஒன்றுமே பேசவில்லை. அவள் அறைக்கும் வரவில்லை.

நடுநிசியில் அயர்ந்து தூங்கிக்கொண்டிருந்த ஜானு ஏதோ சொப்பனம் கண்டு விழித்தாள்.

பக்கத்தில் இரு உருவங்கள் நிற்பது தெரிந்தது.

டாக்டரும் அம்மாவும்!

ஜானு கண்ணை மூடிக்கொண்டாள்.

"இருந்தாலும் இப்படியெல்லாம் நடக்குமென்று நான் எதிர்பார்க்கவே இல்லை டாக்டர்."

"நான் எதிர்பார்த்தேன்" என்றார் டாக்டர்.

"நீங்கள் இனிமேல் திரும்பியே வரமாட்டீர்கள் என்றுதான் நான் நினைத்தேன்."

"அப்படி நினைத்துக்கொண்டுதான் நானும் போனேன். இருந்தாலும் வந்தேன்."

"ஜானு" என்று கூப்பிட்டாள் அம்புஜம்.

ஜானு கண்களை இறுக மூடிக்கொண்டாள்.

"அம்பு, நான் ஊரை விட்டேப் போவதாகத் தீர்மானித்து விட்டேன்."

யாரோ பெருமூச்சு விடுவது கேட்டது.

"அம்பு, மாடிக்கு வா."

"வேண்டாம். குழந்தை கண் விழிக்காமல்... குழந்தை ஏன் பல்லைக் கடிக்கிறாள்?"

"காய்ச்சல் வேகம். பயப்படுவதற்கு ஒன்றுமில்லை."

சிறிது நேரம் மௌனம்.

"அம்பு, மாடிக்கு வா."

சுந்தர ராமசாமி

"ஐயோ வேண்டாம். குழந்தை இப்படிக் கிடக்கிற பொழுதா? எனக்கு மனதை என்னவோ செய்கிறது. உடம்பெல்லாம் பறக்கிறது."

"அம்பு, நான் நாளைக் காலை ஊரை விட்டேப் போகப் போகிறேன். இனிமேல் ஜன்மத்திலும் உன் முகத்தில் விழிக்கமாட்டேன்... வா."

"வேண்டாம்."

"வா மாடிக்கு. கெஞ்சிக்கொண்டிருக்க வேண்டுமோ உன்னிடம்? ரொம்ப உத்தமிதான், தெரியும்."

இருளில் டாக்டரின் அதிகாரக் குரலைக்கேட்டு நடுநடுங்கிப் போனாள் ஜானு.

லேசாகக் கண்ணைத் திறந்து பார்த்தாள்.

ஒரு குழந்தையை இழுத்துக்கொண்டு போவது மாதிரி அம்மாவைக் கறகறவென்று மாடிக்கு இழுத்துக்கொண்டு போகிறார் டாக்டர்.

உதட்டை ரத்தம் கசியும்படி கடித்துக்கொண்டே படுக்கையை விட்டு எழுந்திருந்தாள் ஜானு.

தள்ளாடித் தள்ளாடி, ஓசைப்படாமல் சென்று மாடிக் கதவைச் சாத்தினாள். வெளியே தாளிட்டாள்.

நேராக வெளியே வந்தாள்.

உணர்ச்சிகள் அங்கசேஷ்டைகளாக உடம்பை நெளித்தன. தனக்குத் தெரிந்த கெட்ட வார்த்தைகளால் மனத்தில் டாக்டரை திரும்பத் திரும்பத் திட்டிக்கொண்டே இருந்தாள்.

மரத்தடியில் கார் கோணியபடி நின்றுகொண்டிருந்தது.

நன்றாக வேண்டும். மருந்துப் பெட்டியைத் தூக்கிக் கிணற்றில் போட்டுவிட்டேன். பெட்டி எங்கே போயிற்று என்றே தெரியாது கருங்குரங்குக்கு.

யாராவது கருங்குரங்கைத் தூணோடு தூணாகக் கெட்டி போட்டுத் தரவேண்டும். ஒரு நாற்காலியில் ஏறி நின்றுகொண்டு ஆசைதீர முகத்தில் குத்தவேண்டும். மூக்கிலிருந்து, வாயிலிருந்து, கண்களிலிருந்து, நெற்றியிலிருந்தெல்லாம் ரத்தம் குப்குப்பென்று பாயும்.

'ஐயோ, ஐயோ!'

'ஐயோ ஐயோன்னு கத்தினா யாரு விடறா?'

குத்து, குத்து, குத்து!

'இனிமேல் இங்கே வருவாயா?'

'மாட்டேன், மாட்டேன்! ஐயோ, குத்தாதே குத்தாதே...'

தன்னுணர்வில்லாமல் கால்கள் நகர்ந்தன. கார் பக்கம் சென்றாள் ஜானு. முன் சீட்டில் ஏறி உட்கார்ந்து கொண்டாள். ஏதோ சாமான் கையில் இடறிற்று. எடுத்துப் பார்த்தாள். ஒரு வெள்ளிப் பெட்டி. ஒரு தீப்பெட்டி. இது என்னது? பெட்டியைத் திறந்ததும் வெள்ளை வெளேரென்று ஐந்தாறு கீழே சிதறிற்று. சிகரெட். மண்ணாங்கட்டி, கருங்குரங்குக்கு சிகரெட் வேறு கொள்ளை!

எதிரே, கண்ணாடியின் மேல்பக்கம், வட்டமாக டாக்டரின் படம். ஒரு சிகரெட்டைக் கொளுத்தி, படத்தின் வாயில் வைத்தாள். "இந்தா சிகரட் குடி. குடி சிகரெட்டை."

கொஞ்சம் நகர்ந்து உட்கார்ந்தபொழுது கால் ஒரு டப்பாவில் இடறியது. டப்பா கீழே சரிந்தது. பெட்ரோல் மணம்!

ஒரு குச்சியைக் கிழித்துப் பார்த்தாள். கீழே பெட்ரோல் ஒழுகி ஓடிக்கொண்டிருந்தது.

சட்டென்று மூளையில் மின்னல் பாய்ந்தது.

ஒரு குச்சியைக் கிழித்து வைத்துவிட்டால்..? குப்பென்று பற்றி எரியும். எரியட்டுமே! எரிந்து சாம்பலாகட்டும். டாக்டர் வந்து பார்ப்பார் – ஐயோ, என் கார் போச்சு! ஐயோ, ஐயோ! – வயிற்றில் அடித்துக்கொள்கிறார். அடித்துக்கொள்ளுங்கள். ஓங்கிஓங்கி அடித்துக்கொள்ளுங்கள். கிழியட்டும் வயிறு.

ஒரு குச்சியைக் கிழித்துக் கீழே போட்டாள்.

குப்பென்று பற்றி எரிந்தது. ஒரு நிமிஷம் கண்ணே தெரியவில்லை.

"ஐயோ கால் எரிகிறதே!"

ஜானுவின் பாவாடையிலும் தீ.

ஜானு வெளியே சாடி ஓடினாள்.

விரித்துக் கவிழ்ந்த குடைமாதிரி தீ நாக்குகள் ஜானுவின் உடம்பில் ஏறிப் படர்ந்தன.

மாடிப் படியில் சென்று விழுந்தாள் ஜானு.

"ஐயோ, அம்மா!"

காரிலிருந்து நெருப்பு பக்கத்து வேனல் பந்தலுக்குத் தாவிற்று. அங்கிருந்து வீட்டிற்குள் புகுந்து புறப்பட்டது.

விடியற்காலம் வெகுநேரம் வரை மாடிக்கதவைத் தட்டும் ஓசை மட்டும் கேட்டது.

விடிவெள்ளி சமயத்தில், தீ உணவின்றி மடிந்தது.

மாமூல்படி தீ அணைக்கும் வாகனம் வந்து சாம்பல் கரைத்து விட்டுப் போயிற்று. கூடியிருந்தவர்கள் அழுதார்கள்.

அரையும் குறையுமாக எரிந்து நின்ற பங்களாவுக்குள் ளிருந்து இனங்கண்டு கொள்ள முடியாத மூன்று பிணங்களை யும் கண் டெடுத்து சர்வ மரியாதையுடன் குழிதோண்டிப் புதைத்தார்கள்.

வெகுநாள் வரை அந்த பங்களாவுக்கு நாதி ஏற்படவில்லை.

சில நாட்களுக்குப் பின் சில இளைஞர்கள் சேர்ந்து அதில் ஒரு சங்கம் ஆரம்பித்தார்கள். சுவர்களின் உள்ளும் புறமும் கரி பிடித்திருந்தது. வெளிப்புறம் மட்டும் கரியைச் சுரண்டிவிட்டு அவசர அவசரமாக போர்டை மாட்டினார்கள் இளைஞர்கள்.

***சரஸ்வதி*, 1957**

செங்கமலமும் ஒரு சோப்பும்

உலகமெங்கும் வியாதிக் கிருமிகள் மயம். இலேசாகச் சொல்லி விடலாம். நாலைந்து ஆண்டுகள் இதைப் பற்றி ஆராய்ச்சி செய்து பட்டம் பெற்ற செங்கமலத்திற்கு அல்லவா அதன் பயங்கர விளையாட்டுகள் தெரியும். வியாதிக் கிருமிகளைப் பூதக்கண்ணாடி வழி சோதனை செய்து, எண்ணிக் கணக்கிடுவது அவள் வேலை.

ரோகாணுக்களின் சம்காரத் திருவிளையாடல் களைப் பற்றி எத்தனை தடவை கௌரிக்குட்டி யிடம் சொன்னாலும் அலுக்காது செங்கமலத்திற்கு. அரைமணி நேரம் மூச்சு விடாமல் சொற்பொழிவு ஆற்றிவிட்டுக் கேள்விகள் தொடுப்பாள்.

"இன்று துடைப்பக்கட்டையை லோஷன் விட்டுக் கழுவினாயோ?"

"ம்."

"கொல்லையில் மாமரத்தடியில் பத்து அவுன்ஸ் தண்ணீர் தேங்கி நிற்கிறது. இந்த உலகம் அழிய அதுவே அதிகம்."

"கவனிக்கிறேன்."

"இன்று காலையில் குளித்தாயோ?"

"ஆமாம்."

"மருந்து சோப்புத் தேய்த்துத்தானே?"

"ஆமாம்."

சுந்தர ராமசாமி

வாசலில் கார் வந்து நின்றது. செங்கமலம் கிளம்பி விட்டாள், பூதக்கண்ணாடி வழி அணுவை எண்ணிக் கணக்கிட.

கௌரிக்குட்டி வேலைக்கு வந்து ஐந்தாறு மாதங்கள் தானாகிறது. வேலைக்காரி என்று வந்தவள். இப்பொழுது தோழி என்ற பதவி உயர்வு பெற்றுவிட்டாள்.

வேலைக்கு வந்த முதல்நாள் நடந்த கூத்தையெல்லாம் தனிமையில் உட்கார்ந்திருக்கிறபொழுது எண்ணிப் பார்த்துச் சிரிப்பாள் கௌரிக் குட்டி.

முதல்நாள் வந்து நின்றதும் இன்டர்வியூ ஆரம்பமாகி விட்டது.

செங்கமலம் : உலகமெங்கும் வியாதி அணுக்கள் நிறைந்திருக்கிறது என்பது தெரியுமா?

கௌரிக்குட்டி : தெரியாது.

செங்கமலம் : தெரிந்துகொள். உலகமெங்கும் ரோகாணுக்கள் மயம். நீ எந்த நிமிஷமும் இறந்து போகலாம். நானும் அப்படியே.

கௌரிக்குட்டி கண்ணை உருட்டி உருட்டி விழித்தாள். பேட்டி தொடர்ந்து நடைபெற்றது.

செங்கமலம் : தேவலோகத்தில் முப்பத்திமூன்று கோடி தேவர்கள் இருக்கிறார்களாம். பூலோகத்தில் அதே அளவு அணுக்கள் உனது உள்ளங்கையில் இருக்கின்றன. மிகவும் கவனமாக இருக்க வேண்டும்.

தொடர்ந்து, கௌரிக்குட்டியின் அன்றாட அலுவல்கள் பற்றியும் சில சொன்னாள் செங்கமலம்:

சுடு தண்ணீரில் மருந்து சோப்புத் தேய்த்துக் குளிக்க வேண்டும். சாப்பாட்டு இலைகளை மூன்றரை வினாடி கிருமிநாசினியில் ஊற வைக்க வேண்டும். ஐந்து தடவை பல் விளக்க வேண்டும். வாய்க்குள்ளிருக்கும் கிருமிகள் இரண்டு லக்ஷம் யானைகளை விழத் தட்டுவதற்குப் போதுமானதாகும்.

மறுநாள் இரவு அன்றைய அலுவல் மிகுதியால் கண்ணெரிச்சலோடு வீட்டுக்கு வந்த செங்கமலம் கௌரிக் குட்டியை அழைத்தாள். அவள் வந்தாள்.

"குனிந்து நின்று கொள்."

நின்றாள்.

முதுகில் கிடந்த பின்னலைக் கீழே தள்ளி, தலைமயிரை அளைந்து பார்த்தாள் செங்கமலம்.

செங்கமலம் : இன்றோடு நின்றுகொள். கணக்குத் தீர்த்துச் சம்பளம் தந்துவிடுகிறேன்.

கௌரிக்குட்டி : என்ன விஷயம்?

செங்கமலம் : தலையில் பேன் இருக்கிறது.

கௌரிக்குட்டியின் கண்களில் நீர் நிறைந்து விட்டது. இதைப் பார்த்ததும் மனமிரங்கி விட்டது செங்கமலத்திற்கு.

செங்கமலம் : சரி, இரண்டு நாள் அவகாசம் தருகிறேன். ஒழித்துக் கட்டி விட வேண்டும்.

கௌரிக்குட்டி: ஒழித்துக்கட்டுவேன். உறுதி.

இதெல்லாம் பழைய கதை. பின்னால் கௌரிக்குட்டியும் எவ்வளவோ மாறிப்போய் விட்டாள். பூதக்கண்ணாடி இல்லாமலே எங்கும் அணுக்கள் நிறைந்திருப்பது அவள் கண்களுக்கும் தெரிந்தது.

சென்னையும் செங்கமலமும் சேர்ந்து ரொம்பவும் மாற்றி விட்டார்கள் கௌரிக்குட்டியை. பழைய பட்டிக்காட்டுப் பெண்ணா அவள்!

மாமூல் உடையைக் கழற்றி எறிந்து விட்டு வாயில் ஸாரி கட்டிக்கொண்டாள். வெளியே கிளம்பினால் கையில் பை சுழலும். குடையைச் சுழற்றிக்கொண்டே ஒயிலாய் நடந்தாள். இருமுகிற பொழுது விரல்களைச் சுருட்டி வாய் அருகே வைத்துக்கொள்ளும் அழகு அற்புதமாக இருக்கும். இங்கிலிஷ் கூடத் தெரிந்து கொண்டாள். யாராவது அழைப்பிதழ்கள் கொண்டு கொடுத்தால் ‘எக்ஸ்க்யூஸ்மீ’ என்பாள். பஸ்ஸில் பிரயாணிகள் காலை மிதித்துவிட்டால் ‘தாங்க்யூ’ என்பாள். தோள் குலுங்க வாய்விட்டுச் சிரிப்பாள். செங்கமலத்தோடு வைத்தியர்கள் சங்க விருந்துக்குச் சென்றால் சகல பண்டங் களையும் எச்சில் ஆக்கி விட்டு அப்படி அப்படியே வைத்து விட்டு வரவும் தெரிந்து கொண்டாள். நவநாகரிக யுவதி ஆனாள் கௌரிக்குட்டி. செங்கமலம் அவளைத் தோழியாக ஏற்றுக்கொண்டுவிட்டாள்.

கௌரிக்குட்டியும் செங்கமலமும் ஒரே உயிர் என்றாகி விட்டார்கள். இரவில் இருவரும் சிரித்துச் சிரித்துக் கும்மாளம் போடுவார்கள். முதல் நாள் பார்த்த சினிமாவில் வந்த ஹாஸ்ய நடிகர் போல் நடித்துக் காட்டி, தமிழ் வசனங்களை மலையாளக் கொச்சையுடன் பேசிக் காட்டுவாள் கௌரிக்குட்டி. செங்கமலம் சிரிப்பாய்ச் சிரித்து, வயிற்றைப் பிடித்துக்கொண்டே ‘போதும்டீ

போதும்' என்று குழறியடித்துக்கொண்டு கௌரிக்குட்டியின் வாயைப் பொத்துவாள்.

எனினும், நீண்ட நாட்களாகவே செங்கமலத்திற்கு ஒரு சந்தேகம். கௌரிக்குட்டி தினமும் மருந்து சோப்புத் தேய்த்துக் குளிக்கிறாளோ? அல்லது கள்ளப் பாடம் போடுகிறாளோ? இந்தச் சந்தேகத்தை எப்படித் தீர்ப்பது? யோசித்துப் பார்க்க வேண்டியதுதான்.

ஆனால் ஒரு சிக்கல். காலையில் எட்டு மணிக்குத்தான் கண் விழிப்பாள் செங்கமலம். இருபத்தேழு ஆண்டுகளாக இந்தப் பழக்கம். அதிகாலையில் கௌரிக்குட்டி மருந்து சோப்புத் தேய்த்துக் குளிக்கிறாளா என்பதை எப்படித்தான் தெரிந்து கொள்வது?

செங்கமலம் நல்ல மூளைக்காரி. யோசித்தாள். வழி பிறந்தது. சொடக்கு விட்டு, தனக்கே 'சபாஷ்' போட்டுக் கொண்டாள்.

வீட்டில் கௌரிக்குட்டிக்குத் தனி அறை. அதில் சுவர் அலமாரி. சுவர் அலமாரிக்குள் மருந்து சோப், மருந்து எண்ணெய், கிருமி நாசினி முதலியன.

அன்று இரவு நடுநிசிவரை கண் விழித்திருந்தாள் செங்கமலம். மணி ஒன்றடித்தது. அறை விளக்கை அணைத்தாள். டார்ச் விளக்கை எடுத்துக்கொண்டு கால் அரவமின்றி கௌரிக்குட்டியின் அறைக்குள் வந்தாள். நெஞ்சு படபட வென்றடித்தது. அன்னிய வீட்டில் திருடச் செல்வதுபோல் பீதி.

கௌரிக்குட்டி ஆனந்த நித்திரையில் லயித்திருந்தாள். அவள் அருகே குனிந்து டார்ச் ஒளியைத் தரையை நோக்கி அடித்தாள். கழுத்து மாலையில் சாவி தெரிந்தது. மெதுவாகச் சாவியைக் கழற்றினாள். பதட்டத்தில் கை ஆடி மோவாயில் இடித்தது. கௌரிக் குட்டி உடம்பை உசுப்பினாள். சமயோஜித புத்தி கைலாகு கொடுத்தது. அருகிலிருந்த விசிறியால் வீசினாள் செங்கமலம்.

கௌரிக்குட்டியின் அலமாரியைத் திறந்து ஒரே நிமிஷத்தில் சிவப்பு மருந்து சோப்பை மடியில் கட்டிக் கொண்டாள். அடுத்த நிமிஷத்திற்குள் பழையபடி சாவி கௌரிக்குட்டியின் மாலையில் தொங்கிற்று.

இப்பொழுது தைரியம் பிறந்தது. குறும்பும் கூடவே பிறந்தது.

அறைக்கதவை திறந்து வைத்துக்கொண்டு, வாசலைப் பார்த்த படியே கையை நீட்டி கௌரிக்குட்டியின் பாதத்தில் ஒரு குத்து விட்டுவிட்டு ஒரே ஓட்டமாய்த் தன் அறைக்குள் வந்தாள். மருந்துச் சோப்பைத் தனது அலமாரியில் வைத்துப் பூட்டினாள். படுக்கையில் விழுந்து கண் அயர்ந்தாள்.

காலை எழுந்ததும் முதல்நாள் இரவு நடந்த நாடகம்தான் ஞாபகத்திற்கு வந்தது. சிரித்துக்கொண்டாள். 'கௌரிக்குட்டி பரட்டைத் தலையோடு பாத்ரூம் வாசலில் உட்கார்ந்து கொண்டிருக்கும். பார்ப்போமே?'

பின்கட்டுக்கு வந்தபொழுது, தலையில் உளுந்து வடைக்கட்டுப் போட்டுக்கொண்டு திவ்ய அலங்காரத்தோடு அமர்ந்து சினிமாப் பத்திரிகையைப் புரட்டிக்கொண் டிருந்தாள் கௌரிக்குட்டி.

கோபம் பீறிட்டுக்கொண்டு வந்தது செங்கமலத்துக்கு.

"கௌரிக்குட்டி, இன்று நீ குளித்தாயா?"

"ஓ, குளித்தேனே!"

"சோப்புத் தேய்த்தா?"

"ஆமாம்."

என்ன நெஞ்சழுத்தம்! அடிப்பாவி, பச்சைப் புளுகு புளுகுறாயே! நாக்கு அழுகிப் போகாதா?

சட்டென்று ஒரு குயுக்தி பிறந்தது செங்கமலத்திற்கு. மௌனம் சாதிப்போம். இப்படியே எத்தனை நாட்கள்தான் மருந்து சோப் தேய்த்துக் குளிப்பாளாம்?

மறுநாள் காலை எட்டு மணி.

செங்கமலம் கண் விழித்ததும் முதல் கேள்வி:

"கௌரிக்குட்டி, இன்றும் குளித்தாய் அல்லவா?"

"ஆஹா, குளித்தேன்."

"சோப்புத் தேய்த்தா?"

"ஆமாம். ஆமாம்."

"பேஷ். அருமையான திமிர்! இரு, இரு. உன்னை ஒரு கை பார்க்கிறேன்.

மறுநாளும் அதே கேள்வி. அதே பதில்.

செங்கமலத்தின் கண்கள் கோவைப் பழங்களாயின.

“ஏ, கழுதை! இங்கே வா. இன்று நீ சோப்புத் தேய்த்துக் குளித்தாயா?”

“குளித்தேன்.”

“சரி, சோப்பைக் காட்டு பார்க்கலாம்” என்று சவால் விட்டாள் செங்கமலம்.

கௌரிக்குட்டி தனது அறையை நோக்கி விரைந்தாள். அவள் முதுகிற்குப் பின்னால் அழகு காட்டிச் சென்றாள் செங்கமலம். ‘பேஸ்து’ அடிக்கப்போகிறது கழுதைக்கு!

கௌரிக்குட்டி பட்டென்று அலமாரியைத் திறந்து, ‘லபக்’கென்று சிவப்பு சோப்பை எடுத்துக் காட்டினாள். செங்கமலத்தின் முகம் வெளிரிற்று.

“என்னம்மா இது? என்ன விஷயம்?”

“என் அலமாரியில் நான் எடுத்து வைத்திருந்த சோப் பழையபடி உன் அலமாரிக்குள் எப்படி வந்தது?”

“நான்தான் எடுத்தேன். திடீரென்று சோப்பைக் காணவில்லை. கைதவறி வைத்துவிட்டோமோ என்று தேடிப் பார்த்தேன்; காணோம். கடைசியில் உங்கள் அலமாரியில் கண்டெடுத்தேன்.”

“என் அலமாரியை நான் பூட்டியல்லவா வைத்திருந்தேன்?”

“விடியற்காலை வேளையில் எழுப்ப வேண்டாமென்று உங்களுக்குத் தெரியாமலே, மாலையிலிருந்து சாவியை கழற்றி எடுத்துக்கொண்டேன்.”

செங்கமலம் ‘கொல்’லென்று சிரித்தாள். கௌரிக்குட்டியும் சேர்ந்து சிரித்துவைத்தாள்.

“உன்னை வீணாகச் சந்தேகப்பட்டு எரிந்து விழுந்து விட்டேன். மனதில் போட்டுக்கொள்ளாதே. வா கேரம் விளையாடுவோம்.”

கௌரிக்குட்டியின் இரு கரங்களையும் பற்றி இழுத்துக் கொண்டு போனாள் செங்கமலம்.

இருவரும் கேரம் ஆட உட்கார்ந்தனர். அப்பொழுது கௌரிக்குட்டி மெதுவாகக் கேட்டாள்:

“நான் ஒன்று கேட்டால் கோபித்துக்கொள்ளக் கூடாது. நீங்கள் இரண்டு மூன்று நாட்களாகவே குளிப்பதில்லையோ?”

சட்டென்று பதில் சொன்னாள் செங்கமலம்:

"குளிக்கிறேனே. நானா குளிக்காமலிருப்பேன்?"

"சோப்புத் தேய்த்தா?"

"அதில் என்ன சந்தேகம்?"

"சோப்பைக் காட்டுங்கள் பார்க்கலாம்."

செங்கமலம் தனது அறையை நோக்கி ஓடினாள். சிரித்துக் கொண்டே பின்னால் சென்றாள் குட்டி.

செங்கமலம் அலமாரியைத் திறந்து மேலும் கீழும் பார்த்தாள். அவளுடைய சோப்பைக் காணவில்லை!

"சோப்பைக் காணவில்லையே!"

"என் கையில் அல்லவா இருக்கிறது. அன்று என் சோப்பைத் தேட உங்கள் அலமாரியைத் திறந்தேன் அல்லவா? அப்பொழுது உங்கள் சோப்பை எடுத்து முகர்ந்து பார்த்தேன். பிரமாதமாக இருந்தது. சரி, இதைத் தேய்த்துதான் குளித்துப் பார்ப்போமே என்று எடுத்து வைத்துக்கொண்டேன். உங்கள் சோப்புத் தேய்த்துதான் இரண்டு நாட்களாகக் குளித்துக் கொண்டிருக்கிறேன். ஆஹா, என்ன மணம்!"

தனது உள்ளங்கையை முகர்ந்து பார்த்துக்கொண்டாள் கௌரிக் குட்டி.

செங்கமலம் மெதுவாக அறையைவிட்டு நழுவினாள். அவள் பின்னாலேயே வந்து பிடித்துக்கொண்டாள் கௌரிக்குட்டி.

"ஆமாம், இரண்டு நாட்களாக நீங்கள் எப்படி குளித்தீர்களாம்?"

முகம் சிவந்தது செங்கமலத்திற்கு. தொண்டை இடறிற்று. கூரையைப் பார்த்துக்கொண்டே சொன்னாள் அவள்:

"நீ குளிக்கிறாயோ என்று சோதித்துப் பார்த்துக் கொண்டிருந்ததில் நான் குளிக்க மறந்துபோய்விட்டேன்."

சொல்லி முடித்ததும் கண்களில் ஈரம் கசிந்துவிட்டது.

கௌரிக்குட்டி செங்கமலத்தின் வலதுகையை தனது கரங்களால் பிடித்துக்கொண்டு சொன்னாள் :

"என்னம்மா இது! இதெல்லாம் பெரிய விஷயமா? இரண்டு நாட்கள் குளிக்காமல் இருப்பதற்குக்கூட நமக்கு சுதந்திரம் கிடையாதா? அணுக்கள் அண்டாமலே எத்தனையோ

வியாதிகள் உண்டு நமக்கு. வாருங்கள், சந்தோஷமாகக் கேரம் விளையாடுவோம்."

அடுத்த சில வினாடிகளில் இரண்டு பேர்களும் காய்களைக் குழிக்குள் தள்ளிக்கொண்டிருந்தனர்.

சரஸ்வதி, 1958